દર્પણ

પાયલ ધાબલીયા

Copyright © Payal Dhabalia
All Rights Reserved.

ISBN 979-888569257-1

This book has been published with all efforts taken to make the material error-free after the consent of the author. However, the author and the publisher do not assume and hereby disclaim any liability to any party for any loss, damage, or disruption caused by errors or omissions, whether such errors or omissions result from negligence, accident, or any other cause.

While every effort has been made to avoid any mistake or omission, this publication is being sold on the condition and understanding that neither the author nor the publishers or printers would be liable in any manner to any person by reason of any mistake or omission in this publication or for any action taken or omitted to be taken or advice rendered or accepted on the basis of this work. For any defect in printing or binding the publishers will be liable only to replace the defective copy by another copy of this work then available.

આમ તો દુનિયા ની નજર મા ,

હું ઘણી સક્ષમ છું,

પણ આ બે મહાસાગર નું

ઋણ ચૂકવવા અસક્ષમ છુ....

એક પિતા ના પરસેવાનું,

ને બીજું માતાની મમતાનું ..!

આ વાર્તા નું સંગ્રહ હું મારા પપ્પા **શ્રી સુરેશ કુમાર ગોરસિયા** અને **મમ્મી શ્રીમતી મંજુ ગોરસિયા** ને સમર્પિત કરું છું.

પાયલ ધાબલીયા

સામગ્રી

પ્રસ્તાવના	vii
પ્રસ્તાવના.	ix
સ્વીકૃતિઓ	xi
1. ચાર સોનાની બંગડી	1
2. આઠમી સૌગંધ નું સ્વાગત	4
3. દર્દ શું હોય	7
4. હિમ્મત	12
5. એક મુસ્કાન	17
6. જમાઈ ની સમજદારી	20
7. નઝર ના રાખો સાસુમા	23
8. સ્ત્રી માટે રવિવાર ક્યારે આવશે???	26
9. ખૂબ જરૂરી વાત છે...	29
10. પત્ની ની સલાહ	32
11. વહુ પારકી નથી	35
12. લગ્ન ની બેલા	37
13. બાળપણ	39
14. નઝર નો ફરક	41
15. દીકરી નું સુંદર હોવુ જરૂરી છે..!	43
16. સાસુમા ની સમજદારી	45
17. પરછાઇ	48
18. ઇન્સાફ	50
19. વ્યક્તિત્વ	55
20. પરિવાર	58

• v •

સામગ્રી

21. સંબંધ — 61
22. દીકરી — 63
23. વૃદ્ધાશ્રમ — 66
24. મરજી — 69
25. કવિતા — 73

પ્રસ્તાવના

સકારાત્મક ઉર્જા સાથે, વીતેલી ક્ષણોના અનુભવો, કલ્પનાઓ, અંતરઆત્માની અનુભૂતિઓને વાર્તાસંગ્રહના રૂપમાં વાચકો સમક્ષ રજૂ કરતી પુસ્તક "દર્પણ" , જેમાં માનવ જીવનની તમામ અભિવ્યક્તિઓ છે. "દર્પણ" એ પ્રેમ, પીડા, જિજ્ઞાસા, ઉદાસી, આનંદ જેવા તમામ અભિવ્યક્તિઓની સરળ અને સાહજિક રજૂઆત છે. વાચકોના હૃદયને સ્પર્શી જવાના પ્રયાસ સાથે રચાયેલ ટૂંકી વાર્તાઓનો સંગ્રહ.

પ્રસ્તાવના.

સકારાત્મક ઉર્જા સાથે, વીતેલી ક્ષણોના અનુભવો, કલ્પનાઓ, અંતરઆત્માની અનુભૂતિઓને વાર્તાસંગ્રહના રૂપમાં વાચકો સમક્ષ રજૂ કરતી પુસ્તક "દર્પણ" , જેમાં માનવ જીવનની તમામ અભિવ્યક્તિઓ છે. "દર્પણ" એ પ્રેમ, પીડા, જિજ્ઞાસા, ઉદાસી, આનંદ જેવા તમામ અભિવ્યક્તિઓની સરળ અને સાહજિક રજૂઆત છે. વાચકોના હ્રદયને સ્પર્શી જવાના પ્રયાસ સાથે રચાયેલ ટૂંકી વાર્તાઓનો સંગ્રહ.

સ્વીકૃતિઓ

માં સરસ્વતી ને મારા વંદન !! જેમના આશીર્વાદથી હું મારા અનુભવો, કલ્પનાઓ અને જીવનની કેટલીક વાસ્તવિકતાઓને કાગળ પર મૂકી શકી અને તેને પુસ્તકનું રૂપ આપી શકી. આ સપનું સાકાર કરવામાં મારા માતા-પિતા, મારા કુટુંબીજનો, નજીકના સંબંધીઓ અને વહાલા મિત્રો સાથે કેટલાક ખાસ શુભેચ્છકો કે જેઓ મારી લેખન યાત્રામાં હંમેશા મારી સાથે હતા. હું મારા પ્રિય વાચકોનો આભાર માનું છું કે તેઓએ મને પ્રોત્સાહિત કર્યા અને હું મારા ગંતવ્યનું પ્રથમ પગથિયું પાર કરી શકી.

મારા જીવનસાથી મનીષ અને અમારા પુત્ર તક્ષનો વિશેષ આભાર માનું છું , તે મારી લખેલી વાર્તાઓના પ્રથમ વાચક અને વિવેચક હતા. ગૌતમ ભાઈ મિયાણી ના સહકાર બદ્દલ આભાર વ્યક્ત કરું છું. દર્પણ મારી લખેલી હિન્દી વાર્તાઓ નો ગુજરાતી અનુવાદ છે.

1
ચાર સોનાની બંગડી

83 વર્ષના શાંતા બેન ગુજરી ગયા, ત્રણ દીકરાઓ, ત્રણ વહુઓ અને બંને દીકરીઓ બધા જ પાર્થિવ શરીર પાસે હતા. દરેક ની આંખો નમ હતી.આવનાર દરેક લોકો એ દુખ વ્યક્ત કર્યું, કોઈએ ગળે મળીને તો કોઈએ માથા પર હાથ રાખીને સંબંધો દેખાડયા.

જેમ જેમ સાંજ થવા લાગી માનો માહોલ જ બદલાવા લાગ્યો. બાળકો બધા TV સામે ગોઠવાઈ ગયા, વહુઓ સફેદ સાડી માથી હલકા રંગના ડ્રેસ માં આવી ગઈ, દીકરાઓ પણ મોબાઇલ માં પોતાના અધૂરા કામ પૂરા કરવા લાગ્યા.

મહેમાનો હજુ પણ શાંતા બેન ના ઘરે આવતા, મહેમાનો ની સામે તો ત્રણેય વહુઓ એમ રહેતી કે જાણે ત્રણેય એક બીજા ની સાથે ખૂબ ખુશ હોય, ત્રણેય ભાઈઓ એ પણ એક પળ માટે લાગવા ના દીધું કે તેમની વચ્ચે કોઈ મતભેદ હોય.

આ જોઈને શાંતાબેન ની આત્મા તો પ્રસન્ન થઈ રહી હતી.

15 દિવસ વિતી ગયા અને નાની વહુએ પતિ ના કાન માં વાત નાખી કે "મમ્મીજી ના મૃત્યુ સમયે એમના હાથમાં ચાર સોનાની ચૂડીઓ હતી એના વિષે મોટા ભાઈ ને પૂછો ને"

બસ પછી શું?

શાંતા બહેન ની આત્મા ની શાંતિ ભંગ થવામાં હવે થોડીક જ વાર હતી.

ત્રણેય ભાઈ ત્રણેય વહુઓ મળી તો ખરી પરંતુ એકબીજાનું દુખ હળવું કરવા માટે નહીં , માં ની ચાર ચૂડી ક્યાં ગઈ અને એ કોને મળવી જોઈએ એના વિષે વાત કરવા.

મોટા ભાઈ એ કહ્યું "એ ચાર ચૂડી માં ની અમાનત હતી અને પોતે મોટો દીકરો છે એટ્લે એનો સાચો હકદાર હું ગણાવ"

વચલા દીકરા એ કહ્યું "મારે બે-બે દીકરીઓ છે, દીકરી ના લગ્ન માં દાદી તરફથી કાઇ ના મળે તો લોકો શું કહેશે? એટ્લે આ ચૂડી મારી બંને દીકરીઓ ને મળવી જોઈએ."

નાના ભાઈ પાસે કોઈ દલીલ નહોતી રાખવા માટે પરંતુ નાની વહુ ચૂપ રહેવા વાળી નહોતી,

અને સૌની સામે જોરથી કહ્યું "આવી રીતે તો આ ચૂડીનો મામલો સોલ્વ નહીં થાય એક કામ કરો, ચૂડી આપણે વેચી નાખીએ અને જે પૈસા આવે એના ત્રણ ભાગ પાડી લઈશું એટ્લે મામલો ક્લિયર."

શાંતા બહેન ની આંખોમાથી આંસુ વહેવા લાગ્યા, મન તો થતું હતું કે ધરતી પર જઈને ત્રણેય દીકરા ને ગાલ પર એક એક તમાચો મારી દઉં અને પૂછું કે" કઈ વાત ની કમી રાખી છે મે.... જો તમે આ ચૂડીઓ માટે લડી રહ્યા છો?"

મોટા ભાઈએ ચૂડી વેચવાનો નિર્ણય મૂળમાથી નકારી કાઢ્યો અને કહ્યું આ માં ની આખરી નિશાની છે એને વેચવી તો ના જોઈએ.

અને સાથે સાથે સુજાવ પણ આપ્યો કે 4 માથી 3 ચૂડી દરેક ભાઈ એક એક લઈ લે અને ચોથી કોઈ એક બહેન ને આપી દઈએ.

પરંતુ જેવા ભાઈઓ એવી જ બહેનો બહેનો. એ પોતાનો અલગ જ રાગ શરૂ કર્યો, અને કહ્યું "માં ના બધાજ ઘરેણાં તો તમને ત્રણેય ભાભીઓ ને મળ્યા છે આ ચાર ચૂડી છે એમાં પણ તમારો જીવ છે? માં ની આ ચાર ચૂડી અમને બંને બહેનો ને 2-2 મળવી જોઈએ."

શાંતા દેવી ઉપર બેઠી બેઠી ન જાણે શું વિચારી રહી હતી. ક્યારેક ગુસ્સો તો ક્યારેક આંખો માં આંસુ, એમની આત્મા જાણે વિખેરાઈને તૂટી જ ગઈ, ક્યારેય વિચાર્યું પણ નહોતું કે જે દીકરાઓને આટલા લાડ પ્યારથી મોટા કર્યા, ભણાવ્યા ગણાવ્યા, લગ્ન કરાવ્યા, પૈસા ની કોઈદિવસ કમી ના રહેવા દીધી, એ આજે આ સોનાની ચૂડીઓ માટે લડી રહ્યા છે, દીકરા અને વહુનું તો સમજ્યા હવે દીકરીઓ પણ આ

લડાઈ માં શામિલ થઈ ગઈ.

એટલામાજ વચલા દીકરાનો દીકરો દોડીને બધાની સામે આવ્યો, અને કહેવા લાગ્યો "દાદી ના રૂમ માથી આ 2 કાગળ મળ્યા છે."

મોટા ભાઈએ એ ફટાફટ હાથમાથી કાગળ લીધા અને વાંચ્યા, એ કાગળ બીજું કઈ નહીં પરંતુ સોનાની ચાર ચૂડી વેચી નાખ્યા ની રસીદ હતી, અને બીજામાં સેમ પેટર્નની નકલી ચૂડી ખરીદવાની રસીદ હતી, જેમાં નીચે મમ્મીજી ની સહી હતી.

વાંચતાં ની સાથે જ સૌને ખયાલ આવ્યો કે જે સોના ની ચૂડી માટે તેઓ લડી રહ્યા છે એ તો હકીકત માં નકલી છે, કારણકે માં એ પોતાની ચૂડી તો ક્યારની વેચી નાખી હતી, દીકરાઓના જન્મદિવસ પર દર વખતે કઈક ને કઈક ગિફ્ટ્સ આપી એ આ પૈસા ની જ હતી,
બસ પછી શું, ખબર પડી કે ચૂડીઓ નકલી છે બધા વેર વિખેર થવા લાગ્યા, વચલા દીકરાએ કહ્યું "મોટા ભાઈ, કશું વાંધો નહીં... મારી બંને દીકરીઓ માટે માં ના આશીર્વાદ જ કાફી છે."

મોટા ભાઈએ હાથમાં રહેલી ચૂડીઓ માં ના ફોટા પાસે મૂકી દીધી અને દીવાલ પર ટિંગાયેલા માંના ફોટા સામું જોઈ રહ્યો, એ જ ફોટો કે જેની હમણાં થોડા દિવસો પહેલા જ એને હાર ચડાવી પુજા કરાવી હતી. આજ એ માં ના મનમાં તો ઘણા જ પ્રશ્નો ઉદભાવી રહ્યા હતા પરંતુ હવે અંતર ખૂબ વધી ગયું હતું.

(આમતો આ કહાની છે.... પરંતુ ઘણા ઘરની વાસ્તવિકતા દર્શાવે છે .)

2
આઠમી સૌગંધ નું સ્વાગત

રીયા અને અર્જુન કોલેજમાં એક બીજાના બેસ્ટ ફ્રેન્ડ હતા, દોસ્તી ક્યારે પ્રેમ માં બદલાય ગઈ ખબર જ ના પડી, બંને મોડર્ન પરિવારમાથી જ હતા પરંતુ સાથે સાથે બંને ખુબજ સમજદાર, સંસ્કારી અને સ્વતંત્ર વિચારો વાળા હતા. પોતાની દોસ્તી થી લઈને પ્રેમ સુધીની સફર માં પરિવાર ને સાથે જ રાખ્યો.

પરિવાર ને બધીજ વાતો કહી. બંને એ પોતાના માતપિતાને કહ્યું કે બંને એક બીજા ને ખુબજ પ્રેમ કરે છે, અને એક બીજાને પોતાના હમસફર માને છે, અને બંને એ ખુબજ સારી રીતે વિચારીને નિર્ણય લીધો છે કે બંને જણાને લગ્ન કરવા છે. અને એમાં પણ જો પરિવાર ની લીલી ઝંડી મળી જાય તો જ.

બંને પરિવારોમાં માતાપિતા ના ફક્ત ભણેલા ગણેલા હતા, પરંતુ ખુલ્લા વિચારો વાળા હતા, એટ્લે બધાએ લગ્ન માટે હામી ભરી.

બંને ના લગ્ન ની વાતો ચાલવા લાગી, પરિવાર એકબીજાને મળવા લાગ્યો, કારણકે ભારતીય સંસ્કૃતિ પણ કહે છે કે લગ્ન ફક્ત છોકરા છોકરી વચ્ચે નહીં પરંતુ બે પરિવારો વચ્ચે થાય છે, જ્યાં બે પરિવારો વચ્ચે તાલમેલ, મિત્રતા અને એક બીજા પર સમ્માન હોવું ખૂબ જરૂરી છે.

પરંતુ ધીરે ધીરે આ માન્યતા એક તરફી થઈ રહી છે, બધાજ રીતિ રિવાજો, બંધનો, બધીજ મર્યાદાઓ ફક્ત છોકરીવાળા પર નાખવામાં આવે છે, દીકરીના ગર્ભવતી થવા પર બધીજ જવાબદારીઓ છોકરીવાળા પર લાદવામાં આવે છે, દીકરી બીમાર પડે તો કહે “થોડાક દિવસ પિયર ચાલી જા”

પરંતુ હવે જમાનો બદલાઈ રહ્યો છે, એટ્લે બધે એવું જોવા નથી મળતું, અમુક ઉદાહરણો દર્શનીય છે એમાનું એક ઉદાહરણ રીયા અને અર્જુન નું બનવા જય રહ્યું છે.

રીયા અને અર્જુન વચ્ચે કોઈજ વાત છુપાયેલી ના રહેતી, રીયાએ અર્જુન સાથે લગ્નપહેલા જ સ્પષ્ટતા કરી લીધેલી કે લગ્ન પછી પોતાના પરિવાર નું અને માતા પિતાનું પણ પૂરું ધ્યાન રાખવામા આવે.

કોઈપણ પ્રકારનું બંધન એમના માતા પિતા પર થોપવામાં ના આવે, કોઈ પણ તહેવાર, કોઈ પણ રીતિ રિવાજ બંને પરિવાર સાથે મળીને ઉજવીશું. સુખ કે દુખ માં બંને પરિવાર સાથે રહીશું.

ફક્ત મારા માં બાપ ને જ ઝૂકવાનું ના થાય.

અર્જુને રીયા ની વાત સમજી અને હામી ભરી.

લગ્ન ની તૈયારીઓ જોરશોરથી ચાલી રહી હતી, રીયા જ્યાં લાલ રંગના પહેરવેશ માં ખુબજ સુંદર અને સાદગી ભરી લાગી રહી હતી, ત્યાં અર્જુન પણ ખુબજ સમજદાર અને એવું લાગી રહ્યું હતું કે રીયા ને હમેશા ખુશ રાખવાના બંધન માં જોડાવા માટે ઉત્સાહિત હોય.

અર્જુન અને રીયા એ પંડિતજી ની વિધિ પ્રમાણે બધુ નિભાવ્યું, વચનો લેતી સમયે ના ફક્ત કહેવા માટે પરંતુ પોતાના મન માં એકબીજાને દિલથી વચનો આપ્યા કે આ કસમો ઈમાનદારી થી નિભાવીશું.

સાત કસમ પૂરી થઈ એટલા માજ અર્જુન અને રીયાના મમ્મી પપ્પા ઊભા થયા અને બોલ્યા ....“સાત કસમો તમે બંને એ લીધી હવે આઠમી કસમ અમે લઈશું.

લગ્નમાં આવેલા બધા વિચારવા લાગ્યા આ આઠમી કસમ વળી શું છે? આ કયો નવો રિવાજ છે?

રીયા અને અર્જુન ના માતાપિતા એ સૌની સામે કહ્યુ

"આજે તમે જોશો કે એક છોકરી અને છોકરા ના મા બાપે પણ લગ્ન વખતે એક કસમ ખાવી જોઈએ,

અર્જુન ના મમ્મી બોલ્યા "અર્જુન તો રીયાને ખુશ રાખશે જ એનો અમને ગળા સુધી વિશ્વાસ છે, પરંતુ સાથે સાથે અમે, અર્જુન ના મમ્મી પપ્પા કસમ ખાઈએ છીએ કે રીયા ને ક્યારેય પણ દહેજ થી સંબંધિત મહેણાં નહીં મારીએ, માં બાપે એને શું શીખવ્યું એના વિષે ક્યારેય ચર્ચા નહીં કરીએ, કોઈ પણ તહેવાર કે કોઈ પણ રીતિ રિવાજો પર રીયા કે રીયા ના માં બાપ પર કોઈ પણ પ્રકારનો બોજો નહીં નાખીએ, સુખ હોય કે દુખ હમેશા એકબીજાને સાથ આપીશું, રિયાને પોતાના માં બાપને મળવા જવા કે એમની સાથે વાત કરવાની પૂરી સ્વતંત્રતા અમે આપીશું, રીયા ના મમ્મી પપ્પા રિયાના ઘરે ગમ્મે ત્યારે આવી શકશે અને એ પોતાનું જ ઘર છે એમ માની ને, એમનું હમેશા ખુલ્લા મન થી સ્વાગત થશે"

ત્યાર પછી રીયા ના મમ્મી-પાપા એ કહ્યું "અમે રીયા ના મમ્મી પપ્પા પણ કસમ ખાઈએ છીએ, કે રીયા ના વૈવાહિક જીવન માં કોઈજ દાખલ ગિરિ કરીશું નહીં, ખોટી કાનભરામણી કરીશું નહીં, અમારા તરફથી હમેશા એવા જ પ્રયાસો રહેશે કે રીયા પોતાના સાસરિયાં માં ધીમે ધીમે ભળી જાય, અને અર્જુન ના માતા પિતા ને પણ એવિજ રીતે પ્રેમ કરે જેવી રીતે અમને કરે છે."

બંને એ પોતાની કસમો પૂરી કરી.

લગ્ન માં આવેલા દરેક મહેમાનોએ ઊભા થઈ તાળીઓ ના ગડગડાટ થી એમની આ આઠમી કસમ નું સ્વાગત કર્યું, અને એકબીજા સાથે વાતો કરવા લાગ્યા કે ખરેખર આ આઠમી કસમ ની આજના જમાના માં ખૂબ જ જરૂર છે, દરેક પરિવાર જો આ આઠમી કસમ લેવા લાગે ને તો દરેક લગ્ન જીવન સફળ જ બને.

3

દર્દ શું હોય

ઘરના દરવાજે ઉપરાઉપરી ત્રણ થી ચાર ઘંટીઓ વાગી, અનુ રસોડામાંથી દરવાજો ખોલવા દોડી આવી, દરવાજો ખોલતાંની સાથે જ તેણે જોયું કે તેનો 15 વર્ષનો દીકરો રાહુલ સામે ઉભો છે.

અનુએ રાહુલને પૂછ્યું "અરે!! આ શું થયું?"

રાહુલે જવાબ આપ્યો "મમ્મી, હટો યાર, ફૂટબોલ રમતી વખતે પગ છોલાઇ ગયો"

જ્યારે અનુએ ચિંતાભરી નજરે તેના પગ તરફ જોયું અને કહ્યું "અરેરે!! લાવ હું દવા લગાવી દઉં?"

રાહુલે ગુસ્સાથી કહ્યું, "મમ્મી, મને મારા રૂમ માં જવા દે અને મને એકલો મૂકી દે, મને આ સહન નથી થતું".

અનુએ કહ્યું ‘અરે મારા દીકરા તું તો ખુબ બહાદુર છો. અને આ તો સહેજ એવું જ વાગ્યું છે, સાંજ સુધીમાં ઠીક થઈ જશે. હું હમણાં જ ક્રીમ લગાવી દઉં છું."

પોતાની ફૂટબોલ ની મેચ હાર્યાનો તમામ ગુસ્સો રાહુલે મમ્મી પર નાખ્યો અને કહ્યું, "મમ્મી તું જા ને, તું ક્યારેય ફૂટબોલ રમી ને છોલાઈ છો? અરે તને શું ખબર પડે દર્દ કોને કહેવાય? આખો દિવસ તો તારે ફક્ત આરામ જ કરવાનો હોય છે ઘરમાં."

અનુ પોતાના પુત્રના આ શબ્દો સાંભળી સ્તબ્ધ થઈ ગઈ, પરંતુ એક માં પોતાના બાળકની વેદના જોયા પછી બીજું કંઇપણ વિશે

વિચારતી નથી. ફટાફટ દવા લઈ આવી અને રાહુલના પગે લગાવી ફરીથી પોતાના રસોઇ ના કામ માં વ્યસ્ત થઈ ગઈ,

રાહુલના પપ્પા શિખરે આ બધી વાતો સાંભળી, પરંતુ વચ્ચે બોલવું તે સમયે યોગ્ય ન લાગ્યું.

કાનમાં ઈયરફોન નાખીને રાહુલ ગીતો સાંભળવામાં મશગુલ થઈ ગયો.

એ જાણતો ન હતો કે આજે તેણે પોતાની માં ના દિલને કેવું દુભાવ્યું છે.

રાહુલના પપ્પા તેના રૂમમાં આવ્યા અને ઈશારો કર્યો કે તે કાનમાંથી ઈયરફોન કાઢી નાખે.

રાહુલ સમજી ગયો કે પાપા કંઈક કહેવા માગે છે. પપ્પા એ એક કાળી ડાયરી તેના હાથમાં મૂકી અને કહ્યું કે...." આ લે આ ડાયરીમાં કઈક ખાસ લખેલું છે સમય મળે વાંચી લેજે."

રાહુલને કાળી ડાયરી જોઈ આશ્ચર્ય થયું, ફોનને સાઈડ માં મૂકીને ડાયરીના પન્નાઓ ખોલ્યા. અને વાંચવાનું શરૂ કર્યું જેમાં લખ્યું હતું.

"અનુ અને શિખર ના જીવન માં એક બાળક, એક નવા મહેમાન નું આગમન થશે આજે અમે ખુબજ ખુશ છીએ"

આ વાંચીને રાહુલને ડાયરીના બીજા પાનાઓ વાંચવાની ઉત્સુકતા વધી ગઈ. તે સમજી ગયો કે તેના જન્મ વિશે કેટલીક વાતો આમાં લખેલી છે.

આગળનું પાનું ખોલતાંની સાથે જ એક નવી તારીખ સાથે એમાં લખ્યું હતું "આજે હું અને અનુ ખૂબ જ ખુશ છીએ. ઘરના નાના મહેમાન ને અમે દરેક વસ્તુ આપવાનો પ્રયત્ન કરીશું. અમારા આવનારા બાળકને દુનિયાની બધીજ ખુશીઓ આપવા અમે પૂરતો પ્રયાસ કરીશું"

થોડા પાના વાંચ્યા પછી આગળ એક પાના માં લખ્યું હતું કે "આજે અનુને સાતમા મહિનાની સોનોગ્રાફી માટે લઈ ગયો હતો. આજે અમે અમારા બાળકની તસવીર જોઇ, તેના ધબકારા અનુભવ્યા, હું અને અનુ ખૂબ જ ખુશ છીએ."

"આજે અનુને જોતા શું લાગે છે?
કે આ તે જ અનુ છે? જે મુંબઇની ચાલતી ટ્રેન પકડી લેતી... તે આજે

પોતાના બાળકના સ્વાસ્થ્ય માટે એક એક ડગલું સંભાળીને ભરે છે, કે જેથી તેના બાળકને ઈજા ન પહોંચે.

અનુ હંમેશા પોતાના ફિટ ફિગરની કાળજી લેતી. આજે તેનું આટલું વજન વધ્યા પછી પણ ખુશ છે. તે ઇચ્છે છે કે તેનું બાળક સ્વસ્થ જન્મ લે.

અનુ કે જેને ડિટેક્ટીવ, હોરર, ને થ્રીલર મુવી ખૂબ ગમતાં હતાં, આજે તે એવા પુસ્તકો વાંચી રહી છે જે બાળકને ઉછેરવામાં મદદ કરે, જ્યારે મારુ બાળક મારા હાથમાં હશે તે દિવસે હું પિતા બનીશ, પરંતુ મારી અનુ ત્યારે જ માં બની ગઈ જ્યારે તેને ખબર પડી કે અમારો અંશ તેની અંદર આવી ચૂક્યો છે"

રાહુલ ડાયરીના પન્નાઓ વાંચી રહ્યો હતો સાથે સાથે તેના માતાપિતાએ અનુભવેલી બધી ક્ષણોનો અનુભવ કરવાની તક મળી.

છેલ્લા બે પાના વાંચવાના બાકી હતા. તેણે વાંચવાનું ચાલુ રાખ્યું.

આગળ લખ્યું હતું "અનુને આજે ભારે દુખાવો ઉપડયો, અમે લોકો ડરી ગયા. પણ અનુએ મન મક્કમ રાખ્યું અને કહ્યું, ..."ડરવાની જરૂર નથી તમે જલ્દીથી ડોક્ટર પાસે લઈ જાવ."

બધા હોસ્પિટલ પહોંચ્યા, ડોકટરે અનુનું ચેકઅપ કર્યું અને કહ્યું...." બાળક ને જન્મ લેવામાં હજુ સમય લાગશે. તમે એક કામ કરો એડમિટ થઈ જાવ."

પરંતુ અનુ ની પીડા મારાથી જોઈ નહોતી શકાતી મેં કહ્યું 'ડોક્ટર સાહેબ પરંતુ અનુને ખૂબ પીડા થઈ રહી છે, તમે કઈક કરો'.

ડોક્ટર હસતાં હસતાં બોલ્યાં, 'જ્યારે એક સ્ત્રી માં બને છે ને ત્યારે તમને ખબર નહીં હોય કે એને કેટલી પીડા સહન કરવી પડે છે. તમે એ પીડાની કલ્પના પણ ના કરી શકો. અને ઈશ્વરે એક સ્ત્રીનેજ આ પીડા સહન કરવાની ક્ષમતા આપી છે આવી પીડા બીજું કોઈ સહન ના કરી શકે."

આ સાંભળીને મારા તો હાથ પગ ધ્રૂજવા લાગ્યા. હું ઇચ્છતો નહતો કે અનુ પીડામાંથી પસાર થાય, હું અનુ પાસે ગયો અને તેને પૂછ્યું.... 'શું તને આ પીડા સહન થઈ જશે? જો ના થાય તો આપણે સિઝેરિયન કરાવી લઈએ, તું આટલી પીડા શુકામ સહન કરી રહી છો?'

અનુ મારો હાથ પકડી બોલી.... 'તમે કેવી વાત કરો છો? આપણા બાળક માટે હું દરેક પીડા સહન કરી જઈશ, ડોક્ટરે પણ કહ્યું છે ને થઈ જશે. જો વધુ સિરિયસ પ્રોબલેમ હોય તો વાત જુદી છે. અને હા હવે હું તમારી પત્ની જ નહીં એક માતા પણ છું અને હું મારા બાળક માટે દરેક પીડા સહન કરવા તૈયાર છું. ડોક્ટરને કેજો પ્રયાસો કરે કે નોર્મલ ડિલિવરી જ થાય. "

થોડા કલાકો પછી અનુને લેબર રૂમમાં લઈ જવામાં આવી. જ્યાં હું તેની ચીસો સાંભળી શકતો હતો, પણ કશું કરી ના શક્યો, થોડી વાર પછી રડવાનો અવાજ આવ્યો અને હું સમજી ગયો કે હું પપ્પા બની ગયો છું, પણ હું અનુની ચિંતામાં હતો.

15 મિનિટ પછી મને અનુને મળવાની છૂટ મળી ત્યારે મારી આંખોમાં આંસુ ભરાઇ આવ્યા, મેં પૂછ્યું "કેમ છે??"

મારી બહાદુર અનુએ કહ્યું.... "હું બરાબર છું. પેલા એ કહો આપણું બાળક કેવું છે?'

પોતાની સંપૂર્ણ પીડા પળ વારમાં ભૂલી બાળકની ચિંતા કરી રહેલી આ માં ને જોઈ તે દિવસે હું દરેક માતાની સામે જુકી ગયો, જેણે ખૂબ પીડા સહન કરી છે અને બાળકને જન્મ આપ્યો. અરે થોડી શરદી-ખાંસી થઈ જાય તો ય હું ઓફિસમાંથી રજા લઈ લઉ છું, પણ મારી અનુ આવી તો કેટલીયે પીડા સહન કરી રહી હશે અને તેમ છતાં હમેશા હસતી રહે છે.

હા કારણ કે તે હવે માં બની ગઈ છે.

ડાયરી પૂરી થઈ, પૂરી ડાયરી વાંચીને રાહુલની આંખમાથી ટપટપ અશ્રુ વહેવા લાગ્યા. તેણે પોતાની છાતી પર ડાયરી મૂકીને પોતાની જાત પર નારાજગી વ્યક્ત કરી. બીજી જ ક્ષણે રસોડામાં દોડી ગયો અને મમ્મીને જોરશોરથી ગળે લાગી અને કહ્યું...

"મમ્મી, આઇ એમ સોરી, મને માફ કરી દે. હું સહેજ એવી પીડા પણ સહન ન કરી શક્યો, અને તે મારા માટે કેટલું સહન કર્યું, મમ્મી યૂ આર ગ્રેટ, તુ
મહાન છો."

અનુ, શિખર અને રાહુલ કાંઈ પણ બોલ્યા વગર એક બીજાને મહસૂસ કરી રહ્યા હતા. શિખરને પણ હાશકારો થયો કે તેનો પુત્ર

જીવનમાં તેની મમ્મીને એવું ક્યારેય નહીં કહે કે જેનાથી તેની મમ્મીના હૃદયને ઠેસ પહોંચે.

4

હિમ્મત

હજારો લોકો ની તાળીઓ ના ગડગડાટ ની સાથે સરલાબેનનું સ્વાગત થઈ રહ્યું હતું. સરલાબેન ના સ્વાગત માટે,બધા લોકો એને સન્માન આપતા ઊભા થઈ ગયા. સરલાબેન ૫૮ વર્ષ ની સ્ત્રી, ૫ ફૂટ ની ઉંચાઈ,એકદમ વ્યવસ્થિત બાંધેલ વાળ, કોટન ની સાડી પેહરી હતી. ચાલ માં આત્મવિશ્વાસ, આંખો માં વિનમ્રતા નો ભાવ..અને ચેહરા પર સ્વાભિમાન ઝળકતું હતું.

હાથ જોડી ને એ સ્ટેજ ઉપર આવી રહી હતી.

આજે સરલાબેન ને મેડિકલક્ષેત્ર માં ખૂબ જ મોટું સન્માન મળી રહ્યું હતું. છેલ્લા ૨૫ વર્ષ થી એની નિરંતર મહેનત ના વખાણ થઈ રહ્યા હતા. સરલાબેન સ્ટેજ પર પહોંચી, હાથ જોડી ને બધા ને ધન્યવાદ આપ્યાં, ને બધા ને ઈશારા થી બેસી જવા કહ્યું.

સ્ટેજ પર ઉપસ્થિત કાદમ્બરીજી એ ફૂલ ના ગુલદસ્તા થી સરલાબેન નું સ્વાગત કર્યું અને એની સફળતા વિશે થોડુંક કેહવા આગ્રહ કર્યો.

સરલાબેનએ માઇક હાથ માં લીધું અને ઘણી જ વિનમ્રતા સાથે બોલ્યા.

"તમારા બધા નો ખૂબ ખૂબ આભાર! તમે બધાએ મને આ લાયક સમજી અને આટલો મોટો પુરસ્કાર આપ્યો...આટલું સન્માન આપ્યું. આજે સમાજ માં મારી જે પ્રતિષ્ઠા છે. જે પદ પર છું, એનો બધો શ્રેય

મારા એ એક નિર્ણય ને જાય છે.. જે વર્ષો પહેલાં મે લીધો હતો. મે પીંજરા ને તોડી ને બહાર નીકળવાની હિમ્મત કરી અને હું એમાં સફળ થઈ. નહી તો આજે સરલા શર્મા નામ ની વ્યક્તિ નું કાંઇ વજૂદ પણ ના હોત."

બસ આટલું કહી સરલાબેને વિદાય લીધી.

સરલાબેન પોતાના ઘર તરફ જવા નીકળી, પણ કાર માં બેઠા બેઠા પોતાના ભૂતકાળ માં ખોવાઈ ગઈ.

વાત કઈક ૩૦ વર્ષ જૂની છે.

જ્યારે સરલાબેન યુવાનીના ઉંબરે હતી. ઘણી જ ખુશ હતી સરલા,

કારણ કે એના લગ્ન શહેરના સુપ્રસિદ્ધ ડોકટર રાકેશ શર્મા સાથે નક્કી થયા હતા.

ડો. રાકેશ શર્માના કોઈ પરિચય ની જરૂર ન હતી. રાકેશશર્મા ની ઘણી હોસ્પિટલો હતી. દૂર દૂર થી લોકો એમની પાસે ઈલાજ કરાવવા આવતા હતા.

ભવિષ્ય ના સુંદર સપનાઓ.. અને અનેક કોડભરી આશા સાથે સરલા સાસરે આવી ગઈ

સરલા ને પૂરો વિશ્વાસ હતો કે પોતે મેળવેલી ડોકટર ની ડીગ્રી હવે લોકો ની સેવા મા ઉપયોગ કરશે.

પરંતુ જેમ નાનું બાળક ફુગ્ગા થી રમે અને અચાનક ફુગ્ગા માંથી હવા નીકળી જાય છે ! બસ એજ રીતે... સરલા ના સપના એક જ રાત મા ચૂર ચૂર થઇ ગયા!!

જ્યારે લગ્ન ની રાતે જ પતિ રાકેશ દારૂ ના નશામાં ધૂત થઈ ... મોડી રાતે ઘરે આવ્યો હતો.

સરલા એ માત્ર મોડા આવવાનું કારણ પૂછ્યું અને રાકેશેએને ખૂબ જ નિર્દયતા થી માર માર્યો !! એ દિવસે સરલા નું ખાલી શરીર નહી એની આત્મા પણ જાણે લોહીલુહાણ થઈ ગઈ હતી.!!!

છતાં પણ! સરલા ને હદય માં આશા હતી કે પોતાના સારા વ્યવહાર થી બધું ઠીક થઈ જશે.

પણ ..જેમ જેમ દિવસો વીતવા લાગ્યા એમ રાકેશ અને એની માં ના અત્યાચાર પણ વધવા લાગ્યા.

સરલા નું ખાવા પીવાનું..ઉઠવા બેસવાનું..પેહરવા ઓઢવા નું..ત્યાં સુધી કે કોઈ સાથે વાત કરવા નુ પણ બંધ કરી દેવા માં આવ્યું,

સરલા ને ત્યારે જ બહાર લઈ જતા..જ્યારે સમાજ માં ક્યાંય પત્ની સાથે જવું જરૂરી થતું..કે પછી કોઈ મોટી મિટિંગ હોય ,જ્યાં ડોકટર ની પત્નીઓ સાથે આવતી હોય..માત્ર ને માત્ર દેખાડા પૂરતું જ સરલા ને સાથે લઇ જવા મા આવતી.

સરલા ને સમજાતું નહોતું કે આખરે પોતાના માં એવી શું ખામી છે કે આવો વ્યવહાર કરી રહ્યા છે.

થોડાક દિવસો મા સરલા ને બધું સમજાવા લાગ્યું, એનો પતિ સમાજ માં જે મોટી મોટી વાતો કરે છે, સ્ત્રીઓને સન્માન આપવા ની વાતો કરે છે, સમાજ માં સ્ત્રી ને આગવું સ્થાન મળે એવી વાતો કરે છે,પણ હકીકત મા ડોકટર રાકેશ ને ખુદ પર એવું અભિમાન છે કે એ પોતાના થી વધારે કોઈ ને સન્માન ના આપે. સરલા જાણી ગઈ હતી કે એનો પતિ અહંકારી, અભિમાની અને જૂની વિચારસરણી નો હતો.

સરલા ઘરકામ અને ક્યારેક પતિ ને ખુશ કરવાનું સાધન બની ગઈ હતી. લગ્ન ને ૨ વર્ષ થઈ ગયાં હતા.

પોતાના માતા પિતા ને સરલા એ સાસરિયાં માં એની સાથે થતાં દુર્વ્યવહાર વિશે બધી જાણકારી તો નહોતી આપી પણ થોડી ઘણી વાત કરી હતી.

સરલા ના પિતાજી એ કહ્યુ "તું છૂટાછેડા લઇ લે. હું નથી ઈચ્છતો કે તું આવી રીતે જીવે."

પણ સરલા ને એમ હતું કે પોતાના લગ્નજીવન ને સંભાળી લેશે.

પણ એવું ના થઈ શક્યું.

સરલા એ એક સુંદર ફૂલ જેવી દીકરી "કસ્તુરી" ને જન્મ આપ્યો...

"કસ્તુરી" ના આવતા સરલા ની જીંદગી માં ખુશી ની એક લહેર આવી.. પણ સરલા એ માની લીધું હતું કે પોતાની ડોકટર ની ડીગ્રી તો ફક્ત તિજોરી માં મુકવા માટે જ રહી ગઈ છે. હવે તો પોતાના નામ સાથે ડોકટર લગાડતા પણ ડરતી.

કસ્તુરી ૧ વર્ષ ની થઈ ગઈ.

તો પણ સરલા ની સાસુ કે પતિ રાકેશ નું લેશમાત્ર પણ વર્તન ના બદલાયું.

સરલા પર થતાં અત્યાચાર વધી ગયા હતા. ઘર ના રસોડા માં પણ તાળું લગાવી દેવાતું. ક્યાંય ફોન પણ નહોતી કરી શકતી.

એકવાર છુપાઈ ને એણે પડોશ માં રેહતા લોકો ને પોતાના પર થતાં અત્યાચાર ની વાત કરી. પડોશ માં રેહતાં રત્ના કાકી એ સરલા ના દર્દ ને સમજ્યો.. ભૂખ લાગે ત્યારે સરલા રત્ના કાકી પાસે થી ખાવાનું માંગતી અને છુપાઈ ને ખાઈ લેતી ..સાસુ જ્યારે સૂઈ જાય ત્યારે દીકરી કસ્તુરી માટે રત્ના કાકી પાસે થી દૂધ લાવતી.

સરલા માટે આ જીંદગી હવે નર્ક થી પણ ખરાબ થતી જતી હતી.

એના પતિનો આવો સ્વભાવ આવું વર્તન એટલા માટે હતું કે એ નહોતો ઈચ્છતો..પત્ની સરલા નું નામ મેડિકલક્ષેત્રમાં પોતાના થી આગળ આવે.

સરલા એ એક દિવસ એના પિતા સાથે વાત કરી. બે જ મિનિટ માં પિતા.. સરલા ની પીડા ને સમજી ગયા. અને આશ્વાસન આપ્યું કે હવે કોઈપણ કાળે એ નર્ક માં રેહવા દેશે નઈ.

રક્ષા બંધન નો તહેવાર નજીક આવતો હતો ત્યારે સરલા ના પિતા દીકરી ના સાસરિયાં માં આવ્યા અને રક્ષાબંધન ના બહાને સરલા ને પોતાની સાથે લઈ ગયા..

એ દિવસે સરલા કાર મા બેઠી અને પાછું ફરી ને ના જોયું.

ખુશ હતી એ ..કે પીંજરું છોડી ઉડવા માટે તૈયાર છે.

બસ એની આંખો માં રત્ના કાકી માટે ખૂબ ખૂબ આભારભાવ હતો.

સરલા એ પિતા ના ઘરે આવી ને દીકરી કસ્તુરી અને પોતાના ઉજ્જવળ ભવિષ્ય માટે હિમ્મત કરી....અને ફરી પાછું એણે હોસ્પિટલમાં કામ કરવાનું શરૂ કરી દીધું.

હવે કસ્તુરી પણ મમ્મી સરલા ની જેમ સ્વાભિમાન થી જીવવાનું શીખી ગઈ હતી.અને સરલા નું નામ અખબારો માં આવવા લાગ્યું હતું.

બીજી બાજુ કર્મ નું ચક્ર ઘુમતું રાકેશ શર્માના દરવાજે દસ્તક દઈ રહ્યું હતું.

એના ખરાબ કર્મો નો ઘડો ભરાઈ ગયો હતો હવે એનું પતન શરૂ થઈ ગયું હતું. એક પછી એક હોસ્પિટલ બંધ થઈ રહી હતી..પત્ની સાથે કરેલા અત્યાચાર ને દુર્વ્યવહાર ની વાતો બધે ફેલાઈ ગઈ,

હવે ના તો સમાજમાં .. ડોકટર રાકેશ ની કોઈ ઈજ્જત હતી કે ના કોઈ એની પાસે ઈલાજ કરાવવા દર્દી આવતા.

રાકેશ નું અભિમાન હવે ચૂર ચૂર થઇ ગયું હતું. એનો બંગલો પણ વેચાઈ ગયો હતો. હવે એક નાના એવા ઘર માં રેહતો હતો. હોસ્પિટલ માં પણ દર્દીઓ નો બરાબર ઈલાજ ના કરવાથી રાકેશ ઉપર કોર્ટ માં કેસ ચાલતા હતા..

રાકેશ ની માં પણ આઘાત માં મૃત્યું પામી.

રહી ગયો એકલો રાકેશ અને એનો અહંકાર..!

પોતાની પત્ની ને ખાલી એટલે સન્માન ના આપી શક્યો કે સમાજ માં ક્યાંક એની પ્રતિષ્ઠા ઓછી ના થઈ જાય..

આજે રાકેશ નું કોઈ ના હતું ...

ના એનું કોઈ અસ્તિત્વ હતું..!

હવે લોકો ને એના નામ થી પણ નફરત થતી હતી..અને રાકેશ...ના જાણે ક્યાં ગુમનામી ના અંધારા માં ખોવાઈ ગયો હતો.

બીજી બાજુ સરલા .. સફળતા ના શિખરે પહોંચી ગઈ હતી.અને દીકરી કસ્તુરી એનું ગૌરવ બની ગઈ હતી.

બધા સરલા ના સાનિધ્ય માં રેહવાં માંગતા હતા..દરેક નવા ડોકટર સરલા સાથે કામ કરવા આતુર રહેતા હતા.

સરલા નું જીવન બીજા માટે પ્રેરણા બની ગયું હતું. એણે હજારો લોકો માટે આગળ વધવા ના રસ્તાઓ બનાવી દિધા હતા.. એણે લોકો ને બતાવ્યું કે હિમ્મત એક એવી ચીજ છે, એક એવું હથિયાર છે, જેનાથી તમે તમારું ખુદ નું જ નહી બીજાનું પણ જીવન બદલી શકો છો.

એ પીંજરા માંથી બહાર નીકળી ને સરલા એ સાબિત કરી દીધું કે દર્દ સહન કરવા વાળા એટલા જ દોષી છે જેટલા દર્દ આપવા વાળા ..!

એટલે જ હિમ્મત થી મુશ્કેલીઓ નો સામનો કરો કારણકે હિમ્મત કરવા વાળા ની ક્યારેય હાર નથી થતી..!

5
એક મુસ્કાન

દરેક સામાન્ય માણસ ની જિંદગી લગભગ એક જેવી જ હોય છે. પોતાના કુટુંબ ની બધી જરૂરિયાતો પૂરી કરવા માટે થઈ ને ઘણી મહેનત કરે છે. સવાર થી સાંજ સુધી ની સખત મહેનત કર્યા પછી, રાત્રે થાકી ને ઘરે આવે છે... ત્યારે દિલ માં સંતોષ હોય છે. ક્યારેક ગુસ્સો હોય તો ક્યારેક નિરાશા પણ હોય છે.

છતાં પણ પોતાના પરિવાર ની ખુશી માટે બીજે દિવસે ફરી, કામ પર ચાલ્યો જાય છે. કારણ કે પરિવાર નો સાથ જ છે જે માણસ ને ક્યારેય હારવા નથી દેતો.

શર્મા જી ની જીંદગી માં છેલ્લા ૩૦ વર્ષ થી લગભગ આવુજ બની રહ્યું છે. આજે ૬૦-૬૫ વર્ષ ની ઉંમરે એકલતાએ એમને ઘેરી લીધા હતા, પત્ની ના અવસાન પછી શર્મા જી ની જીવવા ની ઈચ્છા પણ જાણે મરી ગઈ હતી, બંને દીકરા વિદેશ માં રહેતા, જેઓ ઇચ્છવા છતાં પણ શર્મા જી ને સાથે લઈ જવા અસમર્થ હતા..

કારણકે શર્માજી ને પોતાની જન્મભૂમિ, પોતાના દેશ પ્રત્યે લાગણી હતી જેને છોડવા નહોતા માંગતા.

જિંદગીનો અંતિમ પડાવ એ જીવવા તો માંગતા હતા પણ કેવી રીતે???

બગીચામાં મિત્રો સાથે થોડો ઘણો ટાઈમ બેસ્યા પછી એકલા થઈ જતાં... હવે શું કરવું એજ વિચાર્યા કરતા.

સાંજ ની લટાર મારવા માટે શર્માજી આજે થોડા વેહલા જ નીકળી ગયા, બાળકો રમતા હતા, કેટલાક લોકો વોક કરતા હતા પરંતુ એ એકલા ઉદાસ હતા, એટલા માં એક દસ-બાર વર્ષ નો છોકરો રમતા રમતા થાકીને એમની બાજુ માં આવી બેસી ગયો અને શર્માજી સામે જોઈ હસ્યો."

શર્મા જી બોલ્યા.."શું થયું ? થાકી ગયો કે? હું જોતો હતો તું ખૂબ સરસ ફૂટબોલ રમતો હતો.."

"હા..બસ થોડું ઘણું ..."હસી ને એણે જવાબ આપ્યો.

એ છોકરા ના મિત્રોએ એને બોલાવ્યો એટલે દોડી ને ચાલ્યો ગયો..બાજુ માં જગ્યા પાછી ખાલી થઈ ગઈ...!

બગીચા માંથી બધા લોકો જવા લાગ્યા , શર્મા જી પણ ઘર તરફ નીકળતા હતા કે એ છોકરો પાછો આવ્યો અને એમના હાથ માં એક ચિઠ્ઠી આપી ને બોલ્યો.."બાય અંકલ.."

શર્મા જી એ હાથ હલાવતા બાય કહ્યું અને ચિઠ્ઠી ખોલી ને વાંચવા લાગ્યા તો એમાં લખ્યું હતું..." કીપ સ્માઈલિંગ...એન્જોય..અને સ્માઈલ નું નિશાન પણ બનાવ્યું હતું"

વાંચતા જ શર્મા જી ના ચહેરા પર હાસ્ય આવી ગયું અને નજર સામે છોકરા નો ચહેરો દેખાવા લાગ્યો.

ચિઠ્ઠી ને ખિસ્સા માં મૂકી ઘર તરફ નીકળ્યા.

આખી રાત વિચારતા રહ્યા કે એ બાળક ના એક હાસ્ય થી અને એણે આપેલી ચિઠ્ઠીએ મારાં ચહેરા ઉપર પણ હાસ્ય લાવી દીધું.

નાના બાળકો ની કિલકારી કોઈ પણ માણસ ના ચહેરા પર હાસ્ય લાવી દે છે,

બીજા દિવસ થી શરમાજીએ પણ એજ કર્યું જે પેલા બાળકે કર્યું હતું..

બગીચા માંથી થોડા ફૂલ તોડ્યા ને થોડીક ચિઠ્ઠીઓ બનાવી એમાં લખ્યું...." ખુશ રહો, હસતા રહો!"

બગીચા માં કે રસ્તા માં ક્યાંય પણ કોઈ દુઃખી કે ઉદાસ દેખાય તો શર્મા જી એમને ફૂલ અને ચિઠ્ઠી આપી દેતા ..ત્યારે એ દુઃખી વ્યક્તિ ના ચહેરા ઉપર પણ હાસ્ય આવી જતું...

જીંદગી નો રસ્તો હમેંશા ફૂલો થી ભરેલ નથી હોતો..! ઘણીવાર મુશ્કેલીઓ, કઠણાઈઓ,અવરોધો આવે છે અને માણસ ધૈર્ય, સંયમ

ખોઈ બેસે છે...!

તણાવ માં આવી જાય છે ...! ત્યારે કોઈ સાથીમિત્ર એમ કહે "બધું ઠીક થઈ જશે.." બસ આટલું જ પૂરતું છે.

શર્મા જી સમજી ગયા હતા કે ખુશ રહેવું એટલું પણ મુશ્કેલ નથી, ખૂબ સરળ છે..

ખુશ રહેવા માટે બીજા ને ખુશ રાખવા નો પ્રયત્ન જ ... આપણી ખુશીઓ તરફ નું પેહલું પગથિયું છે..! કોઈપણ માણસ નથી ઈચ્છતો કે પોતે દુઃખી રહે,

હતાશ રહે...પરંતુ પરિસ્થિતિઓ જ ઘણીવાર પ્રતિકૂળ થઈ જતી હોય છે.

શર્માજી એ પોતાના જીવન માં આવેલા હાસ્ય ને ઘણા લોકો સુધી પહોંચાડયું અને ખુદ પણ ખુશ રહેવા લાગ્યા.

તો તમે પણ હસો... હસાવો ને બીજા ના હાસ્યનું નિમિત્ત બનો..!

(આ આજ ની સચ્ચાઈ છે કે આપણે એક તણાવભરી જીંદગી જીવીએ છીએ, કારણ કઈ પણ હોય. માણસાઈ એમાં જ છે એકબીજા નો સાથ આપો, ખુશ રહો અને બીજા ને પણ ખુશી આપવાનો પ્રયત્ન કરો)

6
જમાઈ ની સમજદારી

ઘર ની મોટી દીકરી રુહી ના લગ્ન ની તૈયારીઓ ચાલી રહી હતી. ઘરે બધાજ મહેમાનો આવી ગયા હતા. રુહી ની નાની બહેન સૌથી વધુ ઉત્સાહિત હતી. રુહી પણ સગા સંબધીઓને મળી ને ખુબજ ખુશ થઈ રહી હતી.

ઘરે તો જાણે ખુશીઓ નો મેળો ભરાયો હતો..! ઘરનાં બધાં નાના છોકરાઓ મળી ને જૂતાં-છુપાઈ નું પ્લાનિંગ પણ શરૂ કરી દીધું.

ઘરે સૌએ છોકરાઓ ને સૂચના આપી દીધી કે...." જૂતાં- છુપાઈ કરો એનો વાંધો નહીં, પણ એવું કંઈ ના કરે, જેનાથી રુહી ના સાસરીયા પક્ષ ને ખોટું લાગી જાય."

જાન આવવાનો સમય થઈ ગયો, ઘર ના સૌ લોકો જાન ના સ્વાગત માટે તૈયાર હતા, આરતી ની થાળી, અને મહેમાનો ને આપવા માટે ગુલાબ લઇ ને, બધા રાહ જોઈ રહ્યા હતા જમાઈ જી ના સ્વાગત માટે.

જોરદાર બેન્ડ વાજા, શરણાઈ ના સૂર અને નાચ સાથે જાન આવી ગઈ.

રુહી ના દાદા દાદી, મમ્મી પપ્પા અને કાકા કાકી એ આગળ આવી જાન નું સ્વાગત કર્યું. છોકરાઓ જીજાજી ને જોઈ ખુશ હતા. એમની નજર તો બસ જૂતાં પર હતી કે ક્યારે જીજાજી જૂતાં ઉતારી મંડપ માં બેસે ને ક્યારે જૂતાં સંતાડી દઈએ. વરરાજા ના જૂતાં સંતાડવા એટલા

સહેલા પણ નથી હોતા... કારણ કે એ લોકો પણ પ્લાનિંગ કરી ને જ આવ્યા હોય. રુહી ના ભાઈ બહેનો એ મળી ને જીજાજી નું સ્વાગત કર્યું અને વાતો માં પરોવાની કોશિશ કરી, કે ક્યારે એમના જૂતાં લઇ લે. વરરાજા ના મિત્ર અને ભાઈ પણ ત્યાં જ હતા..એ જાણતાં હતા કે રુહી ના ભાઈ બહેનો જરૂર હવે જૂતાં ચોરવાની કોશિશ કરશે,

સાળી સાહિબા.. જીજાજી ના પગ માંથી જૂતાં કાઢવા ની કોશિશ કરવા લાગી કે તરત જ વરરાજા ઊભા થઈ ગયા..!

ધક્કા મુક્કી માં સાળી સાહિબા નીચે પડી ગઈ અને એને બચાવવાં ના ચક્કર માં વરરાજા ની શેરવાની ફાટી ગઈ..!

આ બધું એટલું જલ્દી બન્યું કે કોઈ ને કઈ સમજાયું નહીં, આખરે આ બધું કઈ રીતે થયું..!

રુહી ના મમ્મી પપ્પા ખૂબ જ ડરી ગયા ..કેમ કે આમ વરરાજા ની શેરવાની ફાટવી એ સારું ના કહેવાય. એમને ડર હતો કે ક્યાક આ વાત થી રુહી ના સાસરીયા પક્ષ વાળા ને ખોટું લાગી જશે કે તમાશો કરશે,

રુહી ના મમ્મી બધા છોકરાઓ ને ખિજાયા ..!છોકરાઓ ડરી ગયા ને ચૂપચાપ ઊભા રહી ગયા.

ત્યારે જમાઈ બાબુ એ કહ્યું.."અરે! મમ્મી કેમ ખીજાવ છો એમને ?? આ તો હક્ક છે એમનો .. કંઈ વાંધો નઈ..થઈ જાય ક્યારેક."

એટલા માં રુહી ની નાની બહેન દોડતી સેફ્ટી પિન લઈ આવી અને કહ્યું.."જીજાજી તમે હમણાં તો સેફ્ટી પિન થી શેરવાની ઠીક કરી લો. મને ખબર નહોતી કે આવું કાઈ થય જશે. હવે અમારે જૂતાં નથી છુપાવવા અને ના કોઈ શગુન જોઈએ છે."

જમાઈ બાબુ એટલા સારા હતા કે બોલ્યા.."અરે ! જૂતાં તો તમે લઇ લીધા છે હવે છુપાવી ને જ રાખજો..કયાક એવું ના થાય અમે શોધી લઈએ અને શગુન પણ તમારી પાસે થી લઈએ"

લગ્ન ની બધી વિધિ ખૂબ સરસ રીતે પૂરી થઈ અને છેલ્લે જ્યારે જૂતાં પહેરવા નો વારો આવ્યો તો સાળી સાહિબા એ જૂતાં ને એક સુંદર થાળ માં સજાવી ...જીજાજી સામે પેશ કર્યા અને કહ્યું "મારે જૂતાં ના બદલા માં કોઈ શગુન નથી જોઈતું, કેમ કે મને ખબર છે મારી દીદી ને એક એવા જીવનસાથી મળ્યા છે જે એને જીંદગીભર ખુશ રાખશે...! એના પર ક્યારેય નારાજ નઈ થાય એનાથી મોટુ શગુન બીજું શું હોય"

જમાઈ બાબુ એ સાળી ના માથે હાથ મૂકી કહ્યું "વિશ્વાસ રાખો..રુહી ને હું હમેંશા ખુશ રાખીશ..,આ મારું વચન છે."

(દોસ્તો લગ્ન મા કેટલીકવાર ગેર સમજ થઈ જતી હોય છે..આવા સમયે વાત આગળ ના વધે એમાં જ સમજદારી છુપાયેલી હોય છે.)

7

નઝર ના રાખો સાસુમા

સોસાયટી માં આજે ઘણા દિવસો પછી મહિલાઓ એ કિટ્ટી પાર્ટી શરૂ કરી. આજે પહેલી કિટ્ટી સુધા જી ના ઘરે હતી. સુધા જીનો દીકરો અને વહુ નોકરી માટે થી હૈદરાબાદ રહેતા હતા. દીકરી ના પણ લગ્ન થઈ ગયાં હતાં. સુધા જી ..પતિ સાથે ક્યારેક ક્યારેક હૈદરાબાદ જતાં, પરંતુ ત્યાં નું વાતાવરણ એમને ખાસ ફાવયુ નહીં.

સુધા જી ની બધી જ સહેલીઓ ૪ વાગ્યે એમના ઘરે પહોંચી ગઇ . ઘણી બધી અલક મલક ની વાતો, હસી મજાક ચાલતા રહ્યા.ત્યાં સુધા જી એ ઘડિયાળ તરફ જોયું તો સાંજ ના ૫:૩૦ વાગી ગયા હતા. એમણે તરત જ પોતાનો ફોન લઇ અને સહેલીઓ ને કહ્યું, "અરે! થોડીવાર શાંતિ રાખજો, વહુ પાસે થી ત્યાં ની થોડીક અપડેટ લઈ લવ.."

સુધા જી એ હૈદરાબાદ વીડિયો કોલ કર્યો અને પોતાની વહુ ને આખો દિવસ શું શું કર્યું એ પૂછવા લાગી..૧૦ મિનિટ થઈ ગઈ..! બધી સહેલીઓ સામે જોઈ રહી હતી. ત્યા સુધા જી એ વહુ ને કહ્યું “ચાલ ઠીક છે.. હવે ફોન મૂકું છું, ઘરે મારી સહેલીઓ આવી છે રાત્રે વાત કરીશું."

ફોન રાખતા જ સુધા જી ની સહેલી આશા જી એ કહ્યું "અરે વાહ સુધા, આ સારું ..! વીડિયો કોલ કરી ને વહુ સાથે વાત કરી લીધી એને નાનકડા દીકરાનો ચહેરો પણ જોઈ લીધો... અહીં બેઠા બેઠા હૈદરાબાદ

નું ઘર પણ ચલાવે છે કે શુ "?

સુધા જી એ જવાબ આપ્યો ‘અરે હા હો!.. હૈદરાબાદ તો હું સાથે રહેતી નથી તો ફોન થી અપડેટ લીધા કરુ છું. શું જમવાનું બનાવ્યું? મારા દીકરા નું ધ્યાન રાખે છે કે નહી? ..પૌત્ર ને બરાબર સંભાળી શકે છે કે નહી? ખબર તો પડે મને ! ક્યાંક વહુ હાથ માં થી ના નીકળી જાય!

સાસુ તો દૂર રહે છે ..એને ક્યાં કાઈ ખબર પડશે આવું વિચારી ને વહુ પોતાની મરજી ના ચલાવે.’

હું તો રોજ ફોન કરું છું. મને પૂછ્યા વગર તો ઘર માં મારો દીકરો એને કશુજ ન કરવા દે."

શર્મિલા જી કહ્યું....“તો પછી તારા દીકરા નું પણ અપડેટ લેવું જોઈએ.

તારા દીકરા ની સાસુ પણ એને ફોન કરી ને પૂછે છે? કે જમાઈ બાબુ, મારી દીકરી ને ખુશ રાખો છો કે નહી? શનિ રવિ ની રજા માં ફરવા લઈ જાવ છો કે નહી? ઘર ના કામ માં મદદ કરો છો કે નહીં?? પત્ની અને બાળકો ના સારા ભવિષ્ય માટે કોઈ પોલિસી લીધી છે કે નહીં ?

સુધા તું તો હૈદરાબાદ તારા દીકરા પાસે જતી જ હોય છે, પણ તારી વહુ ની મમ્મી તો ત્યાં પણ નહી આવી શકતી હોય કદાચ.. તો પછી તારા દીકરા પાસે થી એણે પણ રોજ અપડેટ લેવું જોઈએ.

શું કહેવું છે તારું??

સુધા જી પાસે કોઈ જવાબ ના હતો. ત્યારે શર્મિલાજી એ સમજાવતાં કહ્યું 'જો સુધા... આપણે સૌ આપણી જિંદગી નો એક પડાવ પાર કરી ચૂક્યા છીએ, હવે છોકરાઓનો વારો છે. એમને પોતાની રીતે જીવન જીવવા દેવાય. જો કોઈ પરેશાની કે સમસ્યા હશે તો આપણને જ ફોન કરશે, એમને આશ્વાસન આપવા નું હોય કે અમે હમેંશા તમારી સાથે જ છીએ. પણ આવી રીતે રોજ ફોન કરી વહુ પાસે થી અપડેટ લેવું, એમની ગૃહસ્થી માં આમ અધિકાર જમાવવો યોગ્ય નથી.

દીકરા અને વહુ ને એકબીજા ને સમજવા નો મોકો આપવો જોઇએ. એકવાર વહુ ની જગ્યાએ પોતાની દીકરી ને રાખી જો તું સમજી જઈશ.." આપણી વહુ પણ કોઈ ની દીકરી જ છે ને !!

સુધા જી ને પણ એમની વાત સમજ માં આવી. ધીમે ધીમે એમણે પોતાની એ આદત બદલી નાખી,અને તેમની વચ્ચે નો પ્રેમ પણ વધી

ગયો.

8
સ્ત્રી માટે રવિવાર ક્યારે આવશે???

"સન્ડે મતલબ ફન ડે",જી હાં! આપણા બધા માટે રવિવાર એટલે ખુશીનો દિવસ. એન્જોય કરવાનો દિવસ, આખા અઠવાડિયા નો થાક ઉતારવા નો દિવસ, હરવા ફરવા નો દિવસ, મોજ મસ્તી નો દિવસ, હોટેલ માં મનપસંદ ડિનર લેવાનો દિવસ, નવું મૂવી જોવાનો દિવસ, શોપિંગ કરવાનો દિવસ, આ લિસ્ટ હજુ થોડું લાંબુ થઈ શકે છે. પણ સાચે આવું થાય છે ખરું??

ચાલો ..જોઈએ સીમા ની આ કહાની માં.

"ચલો ને નીરજ, ઉઠો ને...ક્યાં સુધી સૂતા રહેશો? મે ચા નાસ્તો તૈયાર કરી લીધો છે, સોનું ને પણ એના ટેનિસ ક્લાસ માં મૂકી ને આવી ગઈ છું. ઘર નું બધું કામ પણ પૂરું થઈ ગયું છે. તો થોડીવાર બહાર ફરવા જઈએ, જલ્દી પાછા આવી ને સોનું ને હોમવર્ક પણ કરાવવા નું છે. એનો પ્રોજેક્ટ પણ તૈયાર કરવાનો છે."

નીરજે પોતાની રજાઈ ખેંચી લીધી અને કહ્યું 'બસ ૫ મિનિટ સુવા દે ને, મને તો તૈયાર થવા માં બસ ૨ મિનિટ જ થાય છે. ઉઠી ને તરત જ તૈયાર થઈ જઈશ. આજે તો સન્ડે છે તો નહાઈશ નઈ તો પણ ચાલશે..! પ્રોજેક્ટ પણ થઈ જશે.'

નીરજ નું આવું વલણ જોઈ સીમા નો ગુસ્સો સાતમા આસમાને પહોંચી ગયો.

સીમા એ કહ્યું "ઠીક છે તો! હવે ત્યારે જ જઈશું જ્યારે તમારી ઊંઘ પૂરી થશે..મારું શું છે ??સન્ડે તો ખાલી તમારે જ આવે છે.'

બપોરના બાર વાગી ગયા , છેક ત્યારે નીરજ ની ઊંઘ ઉડી. એણે જોયું કે ઘણું મોડું થઈ ગયું હતું. એ જાણતો હતો કે સીમા ખૂબ ગુસ્સા મા હશે..ફટાફટ પથારી માંથી ઉઠ્યો અને બૂમ પાડી.."અરે!! ચાલ સીમા, જવું નથી શું? હું તૈયાર થાવ છું. ચાલ ચાલ, જલ્દી જઈએ."

સીમા એ બહાર થી જ જવાબ આપતા કહ્યું 'અરે! સાંભળો નીરજ આજે આરામ જ કરીએ. શોપિંગ પછી ક્યારેક કરીશું. આમ પણ આજે સન્ડે છે. સોમવાર થી શનિવાર તમે ઓફિસ માં કેટલું કામ કરો છો.

થાકી જતાં હશો ને, તો આજે તમે આરામ જ કરો.'

નીરજે ખુશ થતાં કહ્યું "અચ્છા, તો તારે શોપિંગ માટે નથી જવું ?

ઠીક છે..તો તું આજે દાળ-ભાત ,ચુરમુ અને મગનું શાક બનાવ..મજા આવી જશે."

આખો દિવસ નીરજ ની ઈચ્છા મુજબ જ પસાર થઈ ગયો .!

સોમવાર ની સવાર થઈ. ઘડિયાળ માં ૮ વાગી ગયા હતા, પણ સીમા હજુ સુધી સૂતી હતી. નીરજે સીમા ને જગાડી ને કહ્યું"અરે!સીમા ૮ વાગી ગયા,મારે ઓફિસ જવાનું છે, ઘણું મોડું થઈ ગયું. તે ઉઠાડ્યો જ નઈ .ચલ ! હું બ્રશ કરુ ત્યાં સુધી મા તું ચા નાસ્તો રેડી કર, આજે ઓફિસ માં ઇમ્પોર્ટન્ટ મિટિંગ છે મારી."

સીમા એ કહ્યું"સાંભળો, આજે મને જરાય મન નથી જલ્દી ઉઠવા નું." એમ કરો.. ચા નાસ્તો તમે બહાર જ કરી લેજો."

નીરજ ને મોડું થઈ રહ્યું હતું એટલે નીરજે કંઈ ના કહ્યું. સાંજે ઓફિસ થી જ્યારે પાછો આવ્યો તો જોયું કે સીમા ફોન પર વાત કરી રહી હતી. ઘર નું કામ પણ બરાબર થયું નહતું, અને કિચન માં રાત ના જમવાની પણ કાઈ તૈયારી થઈ ના હતી.

નીરજે સીમા ને પૂછ્યું" આજે જમવા માં શું બનાવીશ?"

તો સીમા એ જવાબ આપ્યો "આજે મને સાવ ઈચ્છા જ નથી રસોઈ બનાવવાની!"આજે એમ કરીએ ,બહાર થી જમવાનું મંગાવી લઈએ, આરામ થી જમીશું, ખૂબ મજા આવશે.પછી તમે સોનું નો પ્રોજેક્ટ

તૈયાર કરાવી દેજો, તમે સોનું ને પ્રોમિસ કર્યું હતું ને !"

નીરજ બોલ્યો 'આ શું વાત થઈ! હું આજે સવારે પણ બહાર જમ્યો. અત્યારે પાછું બહાર? પ્રોજેક્ટ પણ કરવાનો છે?

સીમા, તારું મન ના હોય તો કઈક સાદું જમવાનું બનાવી દે, મને ચાલશે."

ત્યારે સીમા એ નીરજ નો હાથ પકડી ને સોફા પર બેસવા કહ્યું અને પ્રેમ થી એને પોતાના મન ની વાત કહી. એણે કહ્યું "નીરજ તમે તો એક દિવસ માં જ બહાર નું જમી ને કંટાળી ગયા. તો તમે એ કેમ નથી સમજતા કે સોમવાર થી શનિવાર સુધી હું રવિવાર ની જ રાહ જોયા કરું છું. એક રવિવાર ના દિવસે જ મને એવું લાગે કે જ્યારે હું તૈયાર થઈ તમારી સાથે બહાર જઈશ, બહાર જઈ ને જમીશું. સોમવાર થી શનિવાર સુધી ઘરે એકલી રહી ને કંટાળી જાવ છું હું!! સન્ડે નો અર્થ તમારા માટે અલગ છે અને મારા માટે પણ અલગ છે,,પણ દરેક વખતે સન્ડે ને, તમે તમારી ઈચ્છા પ્રમાણે જ વિતાવો છો, તો પછી મારા સન્ડે નું શું?? સ્ત્રીઓ માટે પણ, કોઈ સન્ડે બન્યો છે કે નઈ? મારા માટે તો સન્ડે મન્ડે બધું એકસરખું લાગે છે. તમે પણ ક્યારેક વિચારો મારા માટે સન્ડેમાં શું અલગ હોય છે ..હું ઇચ્છુ છું કે અમુક રવિવાર તમે તમારી રીતે મનાવો અને ક્યારેક મારી રીતે એન્જોય કરવા નો મોકો આપો. એ પણ મન વગર નહી પણ પોતાની ઈચ્છા થી."

નીરજ પોતાની પત્ની ની વાત સમજી ગયો અને પ્રોમિસ કર્યું કે સન્ડે ને સાચે જ ફન-ડે બનાવવાં ની કોશિશ કરશે.

૭

ખૂબ જરૂરી વાત છે...

"મમ્મી તમે જલ્દી ઘરે આવો..!! પપ્પા ને કઈક થઈ ગયું છે" રુચિ એ પોતાની મમ્મી શાલિની ને રડતા રડતા ફોન કર્યો.

શાકભાજી લેવા ગયેલી શાલિની ના હાથ માંથી થેલી પડી ગઈ! અને દોડતી ઘરે પહોંચી. દરવાજો ખુલ્લો હતો ૧૩ વર્ષ ની રુચિ રડી રહી હતી.

શાલિની તરત જ પતિ આનંદ પાસે આવી. એના આંસુ રોકાતા નહતાં. આનંદ ..ઉઠો ! ઉઠો ! કહી રહી હતી. એણે તરત જ રુચિ ને પડોશી ગુપ્તા જી ને ગાડી કાઢવા કહ્યું. પોતાના પર્સ માં પૈસા લીધા.

ત્યાં જ ગુપ્તા જી આવી ગયા. એમની મદદ થી ૧૫ મિનિટ માં તેઓ સિટી હોસ્પિટલ પહોંચી ગયા. શાલિની ની આંખો સામે અંધારું છવાઈ ગયું. ખૂબ નબળા વિચારો આવી રહ્યા હતા.!

ડોકટરે આનંદ ને તરત જ દાખલ કર્યો અને ચેકઅપ શરૂ કર્યું. આનંદ હજુ પણ બેહોશ હતો. લગભગ ૩૦ મિનિટ પછી ડોકટરે કહ્યુ કે....." આનંદ ની શુગર અચાનક વધી જવાથી એ બેહોશ થઇ ગયો હતો. હવે હોશ માં આવી ગયો છે પણ ૨ દિવસ હોસ્પિટલ માં રહેવું પડશે."

શાલિની ના જીવ માં જીવ આવ્યો કે આનંદ ભાન માં તો આવી ગયો..! રિસેપ્શન પર બેઠેલા હોસ્પિટલ ના કર્મચારી એ પૂછ્યું...." શું પેશન્ટ નો મેડીક્લેમ છે?"

શાલિની ને વધારે કાઈ ખબર ન હતી એટલે એ બોલી મને તો આ વિશે કંઈ ખબર નથી.. નર્સે કહ્યું....." તમે જલ્દી તપાસ કરો. "

શાલિની તરત આનંદ ની પાસે આવી ગઈ. આનંદ ની આંખો ખુલ્લી હતી, એ પણ ડરી ગયો હતો કે કદાચ પોતાને કઈક થઈ ગયું હોત તો? શાલિની એ આનંદ ના માથે હાથ રાખ્યો અને કહ્યું..." તમે ઠીક છો ને ! જરાય ચિંતા નહી કરતા..! હું છું ને !"

આનંદે શાલિની ને કહ્યું "ઘરે કબાટ માં લીલા રંગ ની ફાઈલ પડી છે એમાં મેડીક્લેમ ની બધી વિગત છે. એ ફાઈલ તું લઈ આવ. રિસેપ્શન પર હું ફોન થી વાત કરી લઈશ"

શાલિની તરત જ ઘરે થી જરૂરી કાગળ લઇ આવી. આનંદ ની તબિયત ની ખબર પડતાં જ આનંદ ના મમ્મી પપ્પા જે બીજા દીકરા સાથે રહેતા હતા.. એ પણ આવી ગયા. આનંદ નું આખું ઘર પણ ત્યાં સુધીમાં આવી ગયું. શાલિની એ આનંદ ની ખૂબ સાર સંભાળ રાખી અને થોડા દિવસો માં જ એ ઠીક થઈ ગયો.

એક સાંજે આનંદે શાલિની ને પાસે બેસાડી ને કહ્યું "શાલિની, જો મને કદાચ કંઈ થઈ જાય તો આ મારી વીમા પોલિસી અને બેંક ના કાગળ છે, તું એકવાર બરાબર જોઈ લે અને સાચવીને તારી રીતે મૂકી દે"

"આ શું કહો છો તમે!! તમને કાઈ નહી થાય.. મારે કોઈ કાગળ નથી જોવા" શાલિની ની આખો માં આંસુ આવી ગયા.

આનંદે એને સમજાવ્યું "શાલિની આપણા ઘર ના અગત્ય ના કાગળ, બેંક ના નંબર, વીમા પોલિસી વગેરે બધા વિશે તને બધીજ માહિતી હોવી જોઈએ. સમય નો કોઈ ભરોસો નથી. હું ક્યાં કહું છું કે મને કઈક થઈ જ જશે..પણ આ બધી તને ખબર હોવી જોઈએ."

શાલિની ના સાસુ સસરા પણ આવી ગયા. સાસુ એ શાલિની ના આંસુ લૂછ્યા અને કહ્યું..." બેટા છેલ્લા ઘણા દિવસો થી તું શાંતિ થી સૂતી નથી. તને આનંદ ની ચિંતા છે.

આનંદ ની તબિયત સારી છે હવે અને ભગવાન એને લાંબુ આયુષ્ય આપે, પણ તારા સસરાજી એ જેમ મને એમની વસિયત, બેંક એકાઉન્ટ ના નંબર્સ વિશે માહિતી આપી છે એમ આનંદ પણ તને બધું બતાવવા માગે છે. તું સમજદાર છે. જેવી રીતે તું ઘર નું સંચાલન કરે છે એવી જ રીતે આ બધી જાણકારી પણ તારા માટે જરૂરી છે."

આનંદ ના પપ્પા એ કહ્યું "બેટા, શાલિની આ બધું સમજવું જરૂરી છે. ક્યાં ક્યારે કોની જરૂર પડે કાઈ કહી ના શકાય"

શાલિની ને પણ આ બધું બરાબર લાગ્યું.. હોસ્પિટલ માં એને જે ખબર ના હતી એને એની ખબર હોવી જોઈતી હતી. મોડી રાત સુધી આનંદે શાલિની ને બધું સમજાવી દીધું.

10
પત્ની ની સલાહ

"ક્યા સુધી તમે તમારો બિઝનેસ બદલતા રહેશો? તમે મારા મમ્મી-પપ્પા એ આપેલા પૈસા પણ એમાં ખોઈ ચૂક્યા છો, ઉપર થી લાખો નો કર્જો પણ થઈ ગયો છે. મારી વાત માનો અને ક્યાક નોકરી શોધી લો. તમે M.com. કર્યું છે અને કમ્પ્યુટર નું સારું એવું નોલેજ પણ છે"..... પત્ની રાધા એ સંદીપ ને સમજાવતાં કહ્યુ.

"કેવી વાત કરે છે? લોકો મને પાગલ કહેશે. અને મને એમ કે મારી આ ડીગ્રી પર સ્કૂલ મા નાની મોટી નોકરી કે કોઈ ઓફિસ માં ક્લાર્ક ની નોકરી શિવાય શું મળશે? લોકો શું કહેશે?" સંદીપે માથે હાથ રાખતા કહ્યું.

"જુઓ,હમણાં તમે કોઈ નોકરી કરો. સમય ની સાથે બધું ઠીક થઈ જશે અને નોકરી ની સાથે તમે આગળ ભણવાનું પણ ચાલુ રાખજો. હું પણ ઘરે થી બાળકો ને ટ્યુશન કરાવીશ." પત્ની એ પતિ ને પ્રોત્સાહિત કરતા કહ્યું.

"હવે આ ઉંમરે ભણવાનું? પાગલ છે કે શું?" સંદીપે ગુસ્સા થી કહ્યું.

"જુઓ મને ખબર છે તમે ભણવા માં ખૂબ હોશિયાર છો, કોલેજ માં ટોપ કર્યું હતું. તમે M.B.A. કરો કે બીજું કંઈક તો સારી નોકરી મળી જશે."રાધા એ પોતાની વાત પકડી રાખી.

સંદીપ પણ એની આ વાત સાથે સહમત થયો.

કબાટ માંથી ડીગ્રી,માર્કશીટ કાઢી, પોતે મેળવેલા નંબર જોયા તો ચહેરા પર ખુશી આવી ગઈ. સંદીપ ને પણ લાગ્યું કે રાધા ની વાત સાચી છે, અને મન માં એમ પણ થયું કે જો એ સમયે હું આગળ ભણ્યો હોત તો કદાચ આ દિવસ ના આવત.

મે મારો બધો સમય અલગ અલગ બિઝનેસ માં વેડફી નાખ્યો. પણ વાંધો નહીં, હજુ પણ મોડું નથી થયું. વીતેલો સમય તો પાછો નથી આવી શકતો પણ હું મારું વર્તમાન તો સુધારી શકું છું. બસ એણે પોતાનો બાયોડેટા તૈયાર કર્યો અને નોકરી શોધવાનું શરૂ કરી દીધું. શહેર માં લોકો એ સંદીપ ની મજાક પણ કરી કે બિઝનેસ માં નુકશાન થયું એટલે અક્કલ ઠેકાણે આવી ગઈ..! પણ રાધા નો સાથ એના માટે કાફી હતો. એક ઓફિસ માં ઓછા પગાર ની નોકરી મળી ગઈ. ખૂબ મહેનત અને લગન થી એણે કામ કર્યું. સાથે સાથે M.B.A. પણ કરવા લાગ્યો. શનિવાર કોલેજ જતો અને રવિવાર આખો દિવસ ખૂબ વાંચતો. રાધા પણ એને પૂરો સાથ આપતી. બે અઢી વર્ષ માં એમની જીવન નૈયા ની ગતિ સારી થઈ ગઈ. હવે સંદીપ ને ખૂબ જ સારી નોકરી મળી ગઈ અને એનું મનોબળ વધ્યું. પાંચ વર્ષ પછી એમણે બધું કર્જ ચૂકવી દીધું."

એક દિવસ સાંજે સોફે બેઠા સંદીપે રાધા ને કહ્યું “રાધા, આ જો...આ કેવું છે?" એક ઘરનો ફોટો બતાવતા કહ્યું.

"અરે, આ તો મસ્ત છે, કોનું ઘર છે?" રાધા એ પૂછ્યું.

"રાધા, મે તારી પાસે થી જ તો શીખ્યું છે કે જે વીતી ગયું છે એમાં થી શીખ લઈ ને, આગળ સારું કરવાની કોશિશ કરવી જોઈએ. આજે જ્યારે આપણે બધા જ કર્જા ઓ ચૂકવી દીધા છે, તો હવે ખુદ નું ઘર લેવાનું વિચારીએ, ભલે લોન લેવી પડે" સંદીપે કહ્યું.

"સાચે જ ! વાહ સંદીપ, હું ખૂબ જ ખુશ છું. તમે એ સમયે મારી વાત માની લીધી અને ઈશ્વરે પણ સાથ આપ્યો. સમય ક્યારેય એકસરખો નથી રહેતો. એ કઠિન સમય આપણે મળી ને પાર કર્યો અને આ સુંદર સમય પણ સાથે મળી ખુશી થી વિતાવશું"

રાધા એ આટલું કહી સંદીપ ના હાથ માં પોતાનો હાથ રાખી દીધો, અને બંને ઘરની તસ્વીરો જોવા લાગ્યા.

(સમય ની કિંમત કરો અને સાચા સમયે સાચો નિર્ણય કરો, દુનિયા ની પરવાહ કરશો તો દુખી જ થશો)

11
વહુ પારકી નથી

આરતી લગભગ ૮-૯ મહિના પછી થોડા દિવસો માટે પિયર ગઈ હતી. એ પણ એટલા માટે કે એના મમ્મી બીમાર હતા. આરતી એના મમ્મી પપ્પા ની એક ની એક સંતાન હતી.

સાસરિયાં માં બધા નું ધ્યાન રાખતી આરતી ને હમેંશા એવું લાગતું કે જે માં એ ઘણી મુશ્કેલી ઓ વેઠી ને એને મોટી કરી, ભણાવી ગણાવીને એના લગ્ન કરાવ્યા, આજે એને ક્યારેક જરૂર હોય છે ત્યારે દીકરી એના માટે કંઈ નથી કરી શકતી ...!

આ વખતે આરતી ને જ્યારે ખબર પડી કે મમ્મી બીમાર છે તો એના થી રહેવાયું નઈ. પતિ એ પણ કહ્યું..'હા, તારે જવું જોઈએ. થોડા દિવસ તું ત્યાં રોકાઈ આવ. હું અહીં સંભાળી લઈશ. દીદી પણ નજીક માં જ છે. કાઈ કામકાજ હશે તો એને બોલાવી લઈશ."

આરતી તો પિયર ચાલી ગઈ. પરતું બે દિવસ પછી કોરોના વાયરસ ના વધતા સંક્રમણ ને લીધે બધા ટ્રાન્સપોર્ટ બંધ થઈ ગયા. આરતી ની નણંદ ને જ્યારે ખબર પડી તો એણે તરત આરતી ને ફોન કરી સાચું ખોટું સંભળાવ્યું. એમણે કહ્યું "તું આ સમયે તારી મમ્મી પાસે ચાલી ગઈ? અહીં મારી મમ્મી ને બધું કામ જાતે કરવું પડે છે, કામવાળી પણ નથી."આ કંઈ સારું લાગે? તું પ્રાઇવેટ ટેક્સી કરી ને પાછી આવી જા."

આરતી ની આંખ માં આંસુ આવી ગયા એ વિચારી ને કે ત્યાં તો મમ્મી પપ્પા સાથે એમનો દિકરો છે. દીકરી પણ થોડે જ દૂર રહે છે.

દીદી એ મને કેટલું સંભળાવ્યું જાણે હું કામવાળી ની અલ્ટરનેટિવ હોય... અને અહીં બિચારી મારી મમ્મી એકલી અને બીમાર .! એનો તો તેઓને કંઈ ખ્યાલ જ નથી.

બીજી બાજુ આરતી નો પતિ ઘરે બધા કામ માં મમ્મી ને મદદ કરતો હતો તો પણ સાસુ આરતી ની નિંદા કરતી કે "જુઓ પત્ની પિયર જઈને આરામ કરે છે અને પતિ અહીં કામ કરે છે..." આરતી નો પતિ સમજી ગયો કે ..મમ્મી ના કાન જરૂર દીદી એ ભર્યા છે. એમણે દીદી ને ફોન કર્યો અને કહ્યું..'દીદી,હમણાં તો તું એકલી જ છો, જીજાજી પણ બહાર ફસાઈ ગયા છે. તું થોડા દિવસ અહીં આવી જા. ચાર ઘર જેટલી જ તો દૂર છો તું.દીદી !તું આવિશ તો મમ્મી ને મદદ થઈ જશે.'

દીદી એ જવાબ આપ્યો..'ના હો.. હું અત્યારે નહી આવું. તારી પત્ની તો પિયર ગઈ છે. કામવાળી વગર બધું કામ કોણ કરશે? એ આવશે પછી આવી જઈશ.'

ફોન સ્પીકર પર જ હતો આરતી ની સાસુ એ પણ સાંભળ્યું કે પોતાની ખુદ ની દીકરી આજે આવું કહી રહી છે...! બિચારી વહુ તો મજબૂરી માં ગઈ.!

અને ટ્રાન્સપોર્ટ બંધ થયા એટલે આવી શકી નહી. જ્યારે દીકરી એ ના તો પોતાના સાસુ સસરા ને સાથે રાખ્યાં અને ના મમ્મી પપ્પા નું ધ્યાન રાખ્યું.

દીદી સામે થી બોલી.. "તો પછી તે આરતી ને પિયર કેમ મોકલી ??"

મમ્મી ને કહેજે હવે જાતે જ કરે કામ.

હું તો નહી આવી શકું. આ કોરોના ક્યારે કોને થઈ જાય કહેવાય નહીં, હું તો મારી ઘરે એકલી જ સારી"

આજે આરતી ની સાસુ ને ખબર પડી ગઈ કે કોણ પોતાનું અને કોણ પારકું.

વહુ ભલે મજબૂરી માં કે પોતાની મરજી થી પણ હમેંશા અમારું ધ્યાન તો રાખે છે. પણ આજે દીકરી ના આવા જવાબ થી કાળજું વીંધાઈ ગયું. ફોન તો બંધ કરી દીધો પણ સાસુ ની આંખો ખુલ્લી ગઈ..!

12
લગ્ન ની બેલા

મમ્મી પપ્પા ની સૌથી નાની દીકરી પ્રીતિ..આજે પિયર નું આંગણું સુનું કરી, અનુજ સાથે સાત ફેરા લઈ, કાયમ માટે એની થવા જઈ રહી હતી. લગ્ન ની બધી વિધિ પૂરી થયા પછી એ સમય આવ્યો જ્યારે બધા ની આંખો ભરાઈ જાય છે. વિદાઇ વખતે જ્યારે દીકરી ની માં પોતાના દિલ ના દર્દ ને આંસુ થી બતાવી દે છે, પરંતુ એક પિતા તો એ વસમી વેળા અને દર્દ ને પણ દીકરી થી છુપાવી જાણે છે, આંસુ ઓ ને પણ પી જાય છે. દીકરી ના માથે હાથ મૂકી આશીર્વાદ આપે છે કે મારા કાળજા ના કટકા ને ક્યારેય કોઈ દુઃખ જોવું ના પડે...!

પ્રીતિ એ પણ વિદાય ની એ ઘડીએ અનુભવ્યું જે દરેક દીકરી અનુભવે છે.એકબાજુ પિયર માં વિતાવેલી બધી યાદો આંખો સામે આવી જાય છે બીજી બાજુ ભવિષ્ય ના સુંદર સપના દેખાય છે. આ મનોદશા ફકત અનુભવી શકાય છે.

પ્રીતિ ની વિદાય સમયે પપ્પા એ એનો હાથ અનુજ ના હાથ માં આપ્યો. નવદંપતી મંદિર માં ઈશ્વર ના આશીર્વાદ લેવા પહોંચ્યા.

લાલ ચુંદડી, સૌભાગ્ય ની લાલ બંગડીઓ, કપાળ માં લાલ ચાંદલો, પગ માં ઝાંઝર, હાથ માં મહેંદી અને સેથા માં ચમકતું સિંદૂર..! પરંતુ પ્રીતિ ની આંખ માં હજુએ વિદાય ના આંસુ હતા.

એક દીકરી માટે એ સમય ઘણો મુશ્કેલ હોય છે જ્યારે એ પોતાના ને છોડી અજાણ્યા નો હાથ પકડે છે, એક આશા સાથે કે એ એના સાત

જન્મો નો સાથી છે. એને વિશ્વાસ હોય છે કે એ પોતાના જીવનસાથી ની સાથે હમેંશા ખુશ રહેશે. ક્યારેક મનમાં આ વાત થી ચિંતિત પણ થઈ જાય છે કે કદાચ આવું નહીં થાય તો???

પ્રીતિ પણ પોતાની નમ આંખો થી ઈશ્વર ની સામે હાથ જોડી ઊભી હતી. હૃદય થી ઈશ્વર ને પ્રાથના કરતી હતી કે આજે જે વ્યક્તિ સાથે એમના દર્શન કરવા આવી છે એ હમેંશા મારો સાથ નિભાવે.

એની ભીની આંખ માંથી આંસુ વહેવા લાગ્યા કે ત્યાં એને એક સ્પર્શ નો આભાસ થયો.

પ્રીતિ ની આખોમાંથી નીકળેલા આંસુ લૂછતાં..અનુજે એનો હાથ પકડી કહ્યું.. 'પ્રીતિ,આજે અગ્નિ ની સાક્ષી એ તારી સાથે સાત ફેરા લીધા છે અને સાત વચન પણ, પરતું અત્યારે હું તારો હાથ પકડી ઈશ્વર ની સામે તને વચન આપું છું, આજે આ તારી આંખ માંથી નીકળેલા છેલ્લા આંસુ હશે. તારી આંખો માં હું ક્યારેય હવે દુખના આંસુ આવવા દઈશ નહી. હવે તારી આંખો માં હશે તો ફક્ત ખુશી ના આંસુ..! તારો હાથ હું ક્યારેય છોડીશ નહિ. તારા ચહેરા પર હમેશા સ્મિત ઝળક્તું રહે, એ જ મારી કોશિશ રહેશે.'

અનુજ ના આ વચન થી પ્રીતિ ના આંસુ ખુશી ના આંસુ માં બદલાઈ ગયા. પ્રીતિ વધારે ના બોલી શકી બસ એટલું કહ્યું કે તમારી ખુશી માં જ મારી ખુશી છે. હું હમેંશા તમારો સાથ નિભાવીશ.

મંદિર માં બિરાજેલ ઈશ્વર ના મુખ પર કાંતિમય તેજ ની આભા હતી.. અને અધરો પર સુંદર સ્મિત..!આજે અનુજ અને પ્રીતિ ને ઈશ્વર ના આશીર્વાદ મળી ગયા.

13

બાળપણ

આજે રાહુલ બારમું પાસ કરી આગળ ભણવા માટે મુંબઈ જવાનો હતો. રાહુલ ની મમ્મી સવિતા એની જરૂરિયાત નો બધો સામાન એના રૂમમાં રાખી રહી હતી. રાહુલ ખુશ પણ હતો અને થોડો ઉદાસ પણ.. પરતું કંઈ બોલ્યો નહિ. ચૂપચાપ બધો સમાન બેગ માં ભરતો રહ્યો.

વાત જાણે એમ હતી કે આજે પણ રાહુલ ના પપ્પા અવિનાશ સવારે વહેલા જ ઓફિસ જતાં રહ્યાં. પણ રાહુલ ને લગભગ આ આદત જેવું થઈ ગયું હતું. પાંચમાં ધોરણ થી અત્યાર સુધી બધી જ સ્કૂલ મિટિંગ, એન્યુઅલ ફંકશન માં મમ્મી આવતી, પપ્પા ને દરેક સમયે વ્યસ્ત જ જોયા હતા એણે. રાહુલ ને યાદ છે... કંઈ રીતે એની ભૂલો પર પપ્પા ગુસ્સો કરતા, ક્યારેક મારી પણ લેતા, પરતું ક્યારેય ભૂલ થવાનું કારણ ના પૂછ્યું.

પણ આ બધી યાદો સાથે એ આગળ વધવા તૈયાર હતો .

પોતાનો રૂમ જોઈ એને યાદ આવ્યું કે કઈ રીતે મમ્મી એને રૂમ સાફ રાખવાની વૌરનિંગ આપતી હતી.

પોતાની રૂમ માં પણ એવું લાગતું જાણે બીજા ના ઘર માં રહેતો હોય.

પપ્પા એ ક્યારેય કોઈ વસ્તુ ની કમી ના રહેવા દીધી. વિદેશ ની યાત્રા પણ કરાવી પરંતુ એની પસંદ નાપસંદ જાણ્યા વગર..

આજે રાહુલ ને મુકવા મમ્મી પપ્પા બંને આવ્યા.

બંને રાહુલ ને ફકત સલાહ સૂચન આપતા હતા.

આદત મુજબ રાહુલ માથું હલાવતો હતો.

અને પછી બંને એ રાહુલ ને વિદાય આપી,

બીજા દિવસે સવિતા એ મહેસૂસ કર્યું જાણે ઘર..ઘર નહી પણ સૂમસામ જગ્યા છે.

આજે રાહુલ હતો નહિ જેને આ કર, પેલું કર, આમ કેમ કર્યું? એવા બધા સવાલ કરે.

ઘર નો બધો સામાન એ જ સ્થિતિ માં હતો જેમ મૂકેલો હતો. ઘર સાવ ઉજ્જડ લાગતું હતું...!

અવિનાશ ઓફિસ જય જ રહ્યો હતો કે સવિતા બોલી 'સાંભળો,મને સહેજ પણ ગમતું નથી દીકરા વગર.

એવું લાગે છે જાણે બધું જ ખત્મ થઈ ગયું. આ ઘર ઘર નથી લાગતું. આટલું વ્યવસ્થિત ઘર મારે નથી જોઈતું, કાશ..આ ઘર વિખરાયેલું હોત.'

આજે તો અવિનાશ ને પણ સમજાયું કે પૈસા કમાવા માં પોતે એવો વ્યસ્ત થઈ ગયો કે રાહુલ નું બાળપણ એન્જોય જ ના કરી શક્યો ..!

ક્યારેય એની સાથે રમ્યો પણ નહી..

આજે અમારા થી દુર છે તો મહસૂસ થઈ રહ્યું છે કે અમે શું ખોયું છે.

(મિત્રો ઘર એ નથી હોતું જે સાફ,સજાવેલું હોય, મોંઘું ફર્નિચર હોય, હર્યા ભર્યા છોડ હોય, ખરેખર તો ઘર એ કહેવાય જ્યાં દરેક સવારે બધા ના ચહેરા પર સ્મિત હોય, ખળખળતું હાસ્ય હોય, આનંદ અને શાંતિ હોય, વડીલો ને બાળકો પ્રત્યે પ્રેમ અને વ્હાલ હોય, બાળકો ને એમના પ્રત્યે આદર અને માન હોય.

બાળકો પોતાના દિલ ની વાત વિના સંકોચ કરતા હોય. બાળકો નો ઉછેર ઉત્તમ સંસ્કાર સાથે થતો હોય. માતા પિતા એમના માટે ઉદાહરણ હોય.

પરંતુ આજે સમય વિતી ગયો હતો.

બાળકોના બાળપણ ને એમની સાથે એવી રીતે જીવો કે યાદ કરતા જ ચહેરા પર અનેરી ખુશી આવી જાય કેમ કે એ સમય ફરી પાછો આવશે નહિ.)

14
નઝર નો ફરક

શાસ્ત્રી જી ની મોટી દીકરી અંકિતા ને બાળપણ થી જ રમત ગમત મા રુચિ હતી.

જ્યાં એની સહેલીઓ બેડમિન્ટન રમતી, ખો ખો રમતી, તો અંકિતા ટીવી માં બોડીબિલ્ડિંગ જોયા કરતી.

શાસ્ત્રીજી પોતાની દીકરી નો શોખ જાણી ગયા હતા.

એમણે અંકિતા માટે બોડીબિલ્ડિંગ ની ટ્રેનિંગ શરૂ કરાવી દીધી.

અંકિતા પોતાના ખાન પાન અને વ્યાયામ માં ખૂબ જ નિયમિત રહેતી. એની ટ્રેનિંગ ખૂબ સારી ચાલતી હતી.

ઘણા લોકો એ એમને કહ્યું પણ કે આ શું છોકરી ને છોકરાઓ ની રમત શિખડાવો છો?

રમત માં છોકરી ને કેવા કેવા કપડાં પહેરવા પડશે, એ સારું નહી લાગે.

પછી એની સાથે લગ્ન પણ કોણ કરશે?.

શાસ્ત્રીજી એ કોઈ નું ના સાંભળ્યું, અને દીકરી ને ટ્રેનિંગ માટે મોટા શહેર માં મોકલી દીધી.

આ વચ્ચે અંકિતા ની સગાઈ ની વાતો તો ચાલતી પણ એ બોડીબિલ્ડર છે એવી ખબર પડતાં જ બધા ના કહી દેતા.

અંકિતા અને શાસ્ત્રીજી ને આનાથી કોઈ ફેર પણ ના પડતો.

રાજ્ય સ્તર ની બોડીબિલ્ડિંગ પ્રતિયોગિતા માં ભાગ લેવા અંકિતા ને પસંદ કરવા માં આવી. એનું પ્રદર્શન વખાણવા લાયક હતું, એ પ્રતિયોગિતા માં એને સ્વર્ણ પદક મળ્યું. આ પ્રતિયોગિતા નું સીધું પ્રસારણ ટીવી પર બતાવી રહ્યા હતા.

શાસ્ત્રી જી ના એક મિત્ર એમની સાથે જ હતા. એમણે અંકિતા ને બોડી બિલ્ડિંગ માં જોઈ અને શાસ્ત્રીજી ને કહ્યું

"અરે અરેરેરે કેમ જોઈ રહ્યો છે તું? આવા કપડાં પહેરી ને આ છોકરી આ બધું કરે છે,શરમ આવે છે."

શાસ્ત્રી જી એ કહ્યું "કોઈએ કેવા વસ્ત્ર પહેર્યા છે એ મહત્વ નું નથી. ફર્ક એ વાત થી પડે છે કે કોણ એને કંઈ નજર થી જુએ છે. હું અંકિતા ને એક જાબાજ ખેલાડી તરીકે જોઈ રહ્યો છું. અને તમે કોઈ બીજી નજર થી. હું જોઈ રહ્યો છું કે એની અંદર કેટલી તાકાત છે, એને પોતાના ખેલ માટે કેટલો પ્રેમ છે. હું જોઈ રહ્યો છું કે ઘણા બધા લોકો અંકિતા ને જોઈ પ્રોત્સાહિત થઈ રહ્યા છે જ્યારે તમે શરૂ થી જ કપડાં પર અટક્યા છો. તમારા વિચાર જેવા જ જો બધાના વિચાર હોય ને તો ક્યારેય કોઈ છોકરી,આમ ખેલકૂદ માં ભાગ ના લઇ શકે.

વિચાર બદલો, ત્યારે જ આ સમાજ પ્રગતિ કરશે."

અંકિતા માટે સફળતા નો રસ્તો ખુલ્લી ગયો હતો. એણે લોકો ની વિચારધારા બદલી, અને એક ખૂબ જ સારા પરિવાર ના છોકરા સાથે એના લગ્ન પણ થયા. લગ્ન પછી અંકિતા એ એક તંદુરસ્ત દીકરી ને જન્મ આપ્યો અને પોતાના ખેલ ને ચાલુ રાખ્યો.

બન્ને પતિ પત્ની એ નક્કી કર્યું કે જો દીકરી ને બોડી બિલ્ડિંગ માં રુચિ હશે તો તેઓ પોતાની દીકરી ને પણ બોડી બિલ્ડિંગ માં જ આગળ લઈ જશે

15

દીકરી નું સુંદર હોવુ જરૂરી છે..!

"ગરિમા... ચણાના લોટમાં માં હળદર મિક્સ કરી રાખી છે, નાહ્યા પહેલા એ લગાવી લેજે. આજે સાંજે લગ્ન માં જવાનું છે, તું સુંદર લાગીશ."ગરિમા ની મમ્મી રમાં એ રસોડા માંથી જ ગરિમા ને કહ્યું.

"અરે! મમ્મી, મારે નથી લગાવવું આવું બધું. હું જેવી છું તેવી જ સારી છું, લગ્નમાં રૂપાળું દેખાવું, આ બધું મને નથી ગમતું. તમે મારી પાછળ ના પડી જાવ.' ગરિમા એ ચિડાઈ ને એની મમ્મી ને જવાબ આપ્યો.

ગરિમા ની મમ્મી એ એ સમયે તો કંઈ ના કહ્યું, મન માં ને મન માં ધુંધવાતી રહી. બીજે દિવસે પોતાની સહેલીઓ સાથે મોર્નિંગ વોક઼ પર એણે, ગરિમા ના સાંવરાપણ વિશે વાત શરૂ કરી.

એણે કહ્યું 'જુઓ ને ,ગરિમા ને રોજ કહું છું ચેહરા પર ક્રીમ લગાવે,કેટલા બધા ફેસ વોશ લાવી આપ્યાં છે.ચહેરો સુંદર દેખાશે તો લગ્ન માટે છોકરો પણ સારો મળશે. ૨૫ વર્ષ ની તો થઈ ગઈ છે ગરિમા.'

એની સહેલી એ કહ્યું 'કેવી વાત કરે છે તું? અને કઈ સદી માં જીવે છે?' રમાં મને તો આવી વિચારધારા થી જ વિરોધ છે કે કોઈ વ્યક્તિ ની ઓળખ એના ગોરો, શ્યામ, બ્રાઉન કે બ્લેક રંગ હોય શકે છે. અને એક

દીકરી, એક સ્ત્રી એની બાહ્ય સુંદરતા થી ઓળખાય. મને આવું જરાય પસંદ નથી.

રમાં તારો દીકરો પણ શામ છે. શું તે એને ક્યારેય કીધું કે એ પોતાનો રંગ ગોરો કરવા કઈક કરે? નહીં ને? કેમકે એ છોકરો છે. આવી વિચારસરણી તું કેટલી પેઢી સુધી ચલાવીશ રમા?

એક છોકરી જે કાલે એક પત્ની બનશે,એક માં બનશે, એના માટે જરૂરી છે એનું શારીરિક,માનસિક અને બોદ્ધિક રૂપ થી સ્વસ્થ હોવું. એના માટે કોઈ ક્રીમ, પાવડર ની જરૂર નથી. એના માટે જરૂરી છે દીકરી ને ભણાવવું ગણાવવું,સમય સમય પર મેડિકલ ટેસ્ટ કરાવવો, કેલ્શિયમ,હિમોગ્લોબીન ચેક કરાવવું.

આપણે દીકરીઓ નું ખૂબ ધ્યાન રાખવું જોઇએ. દીકરી જ તો છે જે આગળ જઈ ને માં બનશે..! સ્ત્રીઓ જ માનવજાતિ ને આગળ વધારે છે. સ્ત્રી ના હોત તો માનવજાતિ પણ ના હોત. તો હવે થી તું આ ક્રીમ,પાવડર,ઉબટન છોડી ને તારી દીકરી ના ખાન પાન પર ધ્યાન રાખ. એનું કેલ્શિયમ,વિટામિન,હિમોગ્લોબીન

ચેક કરાવ,જેથી એ સ્વસ્થ રહે,તંદુરસ્ત રહે અને ક્યારેય કોઈ બીમારી નો શિકાર ના બને.'

રમાં પોતાની સહેલી ની બધી વાતો ની ગંભીરતા ને સમજી ગઈ હતી અને એણે નક્કી કર્યું કે હવે થી ક્યારેય દીકરી ના રંગ ને લઇ ચિંતા નહી કરે પણ એનું ખૂબ સારી રીતે ધ્યાન રાખશે જેથી દીકરી હમેંશા સ્વસ્થ રહે.

(દોસ્તો,આજે પણ આપણા સમાજ ની માનસિકતા છે કે દીકરી નું સુંદર હોવુ જરૂરી છે..!

પણ હવે સમય આવી ગયો છે આપણે આવી ફાલતુ વાતો ને પાછળ છોડી દઈએ.અને દીકરીઓ ના સ્વાસ્થ્ય નું ધ્યાન રાખીએ. દીકરીઓ ને સમજણ આપીએ જેથી પોતાના સ્વાસ્થ્ય પ્રત્યે જાગૃત રહે.)

16
સાસુમા ની સમજદારી

ગોવા જવાની ખુશી રિયા ના દિલ માં હિલ્લોળા મારી રહી હતી. ગોવા વિશે ઇન્ટરનેટ પર બધું જોવા લાગી. કયા સ્થળ સારા છે....???. લોકો ત્યાં કેવા કપડાં પહેરે છે?????

રિયા ને પણ નવી નવી ફેશન અને નવી સ્ટાઇલ ના કપડા પહેરવા ખૂબ પસંદ હતા. પરંતુ સાસરિયાં માં આવ્યા પછી એની પસંદગી બસ સ્વપ્ન માં જ રહી ગયેલી.

ગોવા ના વિડિયો જોઈને જ એને મોજ પડી ગઈ. બહાર હોટલ માં જમવાનું, બીચ ઉપર મસ્તી. અને આખો દિવસ હરવાનું ફરવાનું. રિયા તો ખુશી થી ઝૂમી ઊઠી.

આમ તો રિયા ની પાસે ઘણા કપડાં હતા. પરંતુ ગોવા માં શૂટ થાય એવા થોડાક કપડાં લેવાની એની ઈચ્છા હતી. એટલે રિયા સાંજે ૫ વાગ્યે તૈયાર થઈ શોપિંગ કરવા માટે પોતાના રૂમ માં થી નીકળી કે સાસુમા ની નજર પડી.

સાસુમા એ પૂછ્યું........ "રિયા ક્યાં જઈ રહી છો?"

રિયા કહેવા નહોતી માંગતી કે પોતે ગોવા માટે શોપિંગ કરવા જઈ રહી છે. કારણકે આજની શોપિંગ ખાસ હતી જેમાં સાસુમા એવા કપડાં લેવાની ના પાડી શકે. એટલે એની ઈચ્છા નહોતી કે સાસુમા સાથે

આવે.

જુઠ્ઠાણાં નો સહારો લેતા વહુ એ કહ્યુ........ "મમ્મી. હું અશ્વિન ની ઓફિસે જાવ છું. એમણે ફાઈલો મંગાવી છે તો આપીને આવું".

રિયાનું જૂઠ ચેહરા પર દેખાઈ આવી રહ્યું હતું. એના જતાજ બેટા અશ્વિન ને ફોન કર્યો અને પૂછ્યું "રિયા પાસે તે કોઈ ફાઈલો મંગાવી છે બેટા?'

અશ્વિને કહ્યું "નહી તો"

સાસુમા બોલ્યા "પરંતુ રિયા તો કહેતી હતી એ તારી ઓફિસે આવે છે"

અશ્વિન ને અંદાજો લાગ્યો એટલે વાત સંભાળતા કહ્યું "હા મમ્મી રિયા એકચ્યુલી કપડાં ની ખરીદી કરવા જઈ રહી હતી તો જતા જતા ઓફિસે ફાઈલ આપતી જાય ને એટલે મે એને કહ્યું હતું"

સાસુમા સમજી ગયા કે વહુ બેટા વચ્ચે વાત થઈ ચૂકી છે કે વહુ શોપિંગ કરવા જવાની હતી. પરંતુ એમાં છૂપાવવાની શું જરૂર??

સાસુમા ને એટલા માટે પણ ખોટું લાગી રહ્યું હતું કારણકે કેટલાક દિવસોથી રિયાને કહ્યું હતું કે એને થોડીક ખરીદી કરવી છે. રિયા જાણતી હોવા છતાં કહ્યું નહી. પરંતુ સાસુમા એ વાત દબાવી દીધી

રિયા અને અશ્વિન ગોવા ફરવા ગયા. ખૂબ મોજ મસ્તી કરીને ઘરે પાછા ફર્યા. સાસુમા એ કહ્યું રિયા બેટા ખૂબ મજા કરી હશે ને?? ફોટા તો બતાવો"

રિયા એ ફટાક થી મોબાઈલ કાઢ્યો અને ફોટા દેખાડવા લાગી. રિયા ના નવા અંદાજના કપડાં જોઈ સાસુ બોલ્યા ....."બેટા તે દિવસે તું મને જુઠ્ઠું બોલી ને? કે તું અશ્વિન ને ફાઈલ આપવા જઈ રહી છો? તું શોપિંગ કરવા જ ગઈ હતી ને?"

રિયા કશુજ ના બોલી

પછી સાસુમા એ કહ્યું ....."બેટા. હું જાણું છું કે હું જૂના રીતી રિવાજો વાળી છું. તને આવા કપડાં પહેરવા માટે ના પાડી શકું. પરંતુ બેટા મને એ પણ ખબર છે કે તને આ કપડાં ખુબજ સારા લાગે છે. અને સાથે સાથે ગોવા જગ્યા જ એવી છે આવા કપડાં ત્યાં શૂટ થાય. એ દિવસે તે મને સાચું કહ્યું હોત તો પણ હું ના ના જ પાડેત આવા કપડાં લેવા માટે. અશ્વિન ને પણ તારા આ કપડા થી કોઈ જ વાંધો નથી તો મને શું વાંધો

હોય દીકરી"

હવે આગલી વખતે જ્યારે પણ તારે તારા પસંદ નું કરવું હોય તો બેટા જૂઠ નો સહારો નહી લેતી બેટા. મને કહેજે જે હોઈ એ. મને જ્યાં જ્યાં યોગ્ય લાગશે ત્યા ત્યાં તને બધીજ પરમિશન આપીશ બેટા"

રિયા એ કહ્યું "સોરી. મમ્મીજી મને માફ કરિ દો. મને એમ હતું કે તમને સારું નહિ લાગે એટલા માટે તે દિવસે મે કહ્યું નહી તમને. પરંતુ આજે જ્યારે તમે તમારા દિલની વાત મને કહિજ દીધું તો આગલી વખતે હું ખોટું નહી બોલું. ઉલટાની મને ખુશી થશે કે તમારું દિલ દુભાવ્યા વગર હું મોજ કરી શકીશ"

સાસુ વહુ બંને ગોવા ની તસવીરો જોવામાં મગ્ન થઈ ગયા.

17
પરછાઇ

મિશ્રા પરિવારની મોટી વહુ, દિયર અને નણંદ ની લાડલી ભાભી. રાજીવ ની જીવન સાથી અને એક માસૂમ બાળક ની માં, નર્સરી માં ભણાવવા વાળી પ્યારી ટીચર પ્રિયંકા પોતાની સરસ મજાની જિંદગી થી ખુબજ ખુશ હતી.

સાસરિયામાં એને એટલો પ્રેમ, માન સન્માન મળ્યા કે જેના સપનાઓ દરેક છોકરી જોતી હોય છે. જ્યાં એને મોટી વહુ હોવાના કારણે ઘરના બધા નાના મોટા નિર્ણયો લેવાનો હક્ક મળ્યો. ઉપરથી રાજીવ પણ એને નોકરી કરવા અને પોતાના સપનાઓ પૂરા કરવા માટે પૂરી હિંમત અને સાથ આપતો. આજે પ્રિયંકા પોતાની આ જિંદગી થી એટલી ખુશ હતી કે જાણે પેલા કશું થયું જ ના હતું.

પરંતુ એવું નથી ....

આજથી ૫ વર્ષ પહેલાં પ્રિયંકા આ લગ્ન ના ખુબજ વિરોધમાં હતી. ના તો એને રાજીવ પસંદ હતો અને ના તો એનો પરિવાર. લગ્ન ના નામથી જ એને નફરત થઇ ગયેલી. અને એનું કારણ હતું શશાંક. પરિવાર વાળા એ પ્રિયંકા ને ખૂબ પ્રેમ થી સમજાવી. મનાવી અને પછી પરાણે પરાણે પ્રિયંકા એ લગ્ન માટે હા પાડી.

પ્રિયંકા ના સાસુ સસરા પ્રિયંકા ને ખૂબ પ્રેમ કરતા. એને સન્માન આપતા. રાજીવ પણ ખૂબ કાળજી રાખતો. અને એજ કારણ હતું કે આજે પ્રિયંકા પોતાના ભૂતકાળ ને ભૂલી શકી.

વાત જાણે એમ છે કે આજે પોતાના રૂમ નો કબાટ સાફ કરતા પ્રિયંકા ને શશાંક નું શર્ટનું કાળું બટન મળ્યું જે એણે પ્રિયંકા ને પોતાની યાદ સ્વરૂપે આપ્યું હતું અને પ્રિયંકા એ વર્ષો સુધી સાચવી રાખેલું. પ્રિયંકા ને યાદ આવ્યાં એ પળો જ્યારે પ્રિયંકા શશાંક ને ખૂબ પ્રેમ કરતી હતી. પરંતુ શશાંક પ્રિયંકા ને ફક્ત પોતાનું આકર્ષણ ગણતો. જ્યાં પ્રિયંકા શશાંક સાથે પોતાનું જીવન વ્યતીત કરવા માંગતી હતી ત્યાં શશાંક બસ થોડો સમય સાથે રહીને સમય વિતાવિને એને છોડી દીધી.

એક છોકરી માટે એ સમય ખુબજ કઠિન હોય છે જ્યારે એ કોઈક ને પોતાનું સર્વસ્વ માની લે અને એ છોડીને ચાલ્યો જાય. પરંતુ શશાંકે કહ્યું "મે ક્યારેય એવું વિચાર્યું જ નથી કે આપણે લગ્ન કરીએ તું ફક્ત એક સારી દોસ્ત છો મારી બસ"

પ્રિયંકા અંદર હી અંદર મરી રહી હતી. એટલામાં એના સંબંધ ની વાત રાજીવ સાથે આવી. મમ્મી પપ્પા ના કહેવાથી રાજીવ સાથે એના લગ્ન થયા. લગ્ન રાજીવ સાથે થયા પરંતુ દિલ હજુ શશાંક સાથે ચોંટેલું હતું. લગ્ન બાદ એક મહિના સુધી પેલું કાળું બટન રોજ જોયા કરતી અને શશાંક ને યાદ કરતી. પરંતુ ધીરે ધીરે રાજીવ અને રાજીવના પરિવાર ના પ્રેમ ના લીધે પ્રિયંકા ને કાળું બટન ભુલાવા લાગ્યું અને સાથે સાથે શશાંક ની યાદો પણ.

પ્રિયંકા આજે લગ્ન ના ૫ વર્ષ બાદ આ બટન ને નિહાળી રહી હતી એટલામાં રાજીવ રૂમ માં આવ્યો અને કહ્યું "પ્રિયા. શું કરે છે તું? "

પ્રિયંકા એ હસતા મુખે કહ્યું "કશું નહિ એ તો કબાટ માં થોડો કચરો થઈ ગઈ હતો તો સાફ કરી રહી છું" આટલું કહી પેલું કાળું બટન આજે પ્રિયંકા એ કચરાના ડબ્બા માં નાખી દીધું.

18
ઇન્સાફ

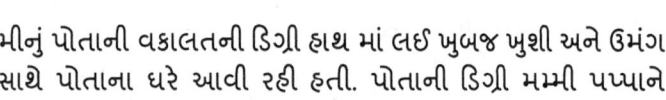

મીનું પોતાની વકાલતની ડિગ્રી હાથ માં લઈ ખુબજ ખુશી અને ઉમંગ સાથે પોતાના ઘરે આવી રહી હતી. પોતાની ડિગ્રી મમ્મી પપ્પાને દેખાડવી. અને એમના આશીર્વાદ લેવા માટે ખુબજ ઉત્સાહિત હતી.

ઘરે આવતા રસ્તામથી એક મીઠાઇનું બોક્સ પણ સાથે લઇ લીધું. એની ઇચ્છા હતી કે ઘરવાળાને પોતાની ડિગ્રી મળ્યા ની ખુશીમાં પોતાના હાથેથી મીઠાઇ ખવડાવે.

ઉત્સાહભેર મીનું ઘરે પહોંચી. પરંતુ ઘરે તો દ્રશ્ય કઈંક અલગ જ હતું. મમ્મી પપ્પા. દાદી. ભાઈ ફઈજી બધા ખુબજ ખુશ હતા. અને એક બીજાને મીઠાઇ ખવડાવી રહ્યા હતા.

પપ્પા મમ્મી ના ચેહરા પર સૂકુન ભરી સ્માઇલ હતી. ભાઈ સોફા પર ખુશી થી ઉછળી રહ્યો હતો. ફઇ પણ કહી રહ્યા હતા "હા હા બધા મને ધન્યવાદ આપો. મારા લીધે જ તો આ બધુ થયું છે."

દાદી દુખણાં લેતા કહી રહ્યા હતા... "અરે તે તો કમાલ કરી દીધો. આવવા દે મીનુંને કહું એને પણ. ખબર નહીં આજે કેમ આટલી બધી મોડી છે. હજુ ના આવી..".

એટલામાં દરવાજા પર નજર પડી મીનું ઊભી હતી. મીનું ના હાથમાં ડિગ્રી હતી.

દાદી એ કહ્યું "અરે આવી ગઈ બેટા? ત્યાં શું કરે છો અંદર આવ ફટાફટ."

મીનું એ કહ્યું "દાદી. મારા આવવા પહલાજ તમને ખબર પડી ગઈ અને ખુશીઓ મનાવવા લાગ્યા? હું તો તમારા બધા માટે મીઠાઇ લઈને આવી હતી અને તમે તો પહેલેથીજ અહિયાં મીઠાઈઓ વહેંચો છો?. એકલા એકલા"

મીનું ની વાત પૂરી થઈ એટ્લે સૌ જોર થી હંસવા લાગ્યા. મીનું ની માં એ મીનું ને ગળે લગાવી અને હાથમાથી ડિગ્રી લઈ નીચે મૂકી અને કહ્યું જા સૌથી પહેલા ભગવાન ના આશીર્વાદ લઈ લે"

મીનું ને કશુજ સમજાઈ નહોતું રહ્યું. ભગવાન ના આશીર્વાદ લઈ મીનું એ પૂછ્યું "પણ પપ્પા કોઈ મને કહેશે કે થયું છે શું?"

દાદી એ એના માથા પર હાથ મૂકીને કહ્યું "અરે. તારા ભાગ્ય ખૂલી ગયા છે મીનું. ફઈ એ તારા માટે રાજકુમાર જેવો છોકરો ગોત્યો છે. અને એ લોકો એ હા પણ પાડી દીધી છે. હવે તો આખી જિંદગી તારા જીવન માં ખુશીઓ ની રેલમ છેલ. જા જઈને ફાઈને થેંક્સ કહી દે"

મીનું એકદમથી ઊંચા અવાજે બોલી... "આ શું બોલી રહ્યા છો તમે? હું હજુ વકાલત ની ડિગ્રી લઈને આવીજ છું અને તમે મારા લગ્ન ની વાત કરવા માંડ્યા? મને કશું પૂછ્યું પણ નહીં?"

ફઈ શાંત કેવી રીતે રહેતી? ઊભી થઈ ગઈ અને કહ્યું "આ જુઓ ભાભી તમારી દીકરીને. વકીલ બની ને હજી એક દિવસ નથી થયો ને વકીલાત ચાલુ??"

મીનું તારા તો નસીબ છે કે આવડા મોટા ઘરમાં વહુ બનવા જય રહી છે. આખી જિંદગી રાજ કરીશ. મહારાણી ની જેમ રહીશ"

મીનું એકલી હતી અને સામે આખું ઘર. કેટલીયે વાર ના પાડવાની કોશિશ કરી અને માં ને કહ્યુંકે મારે વકીલાત ની પ્રેક્ટિસ કરવી છે

પરંતુ માં નું દિલ પણ એમજ કહેતું હતું ... કે સારા ઘરમાં લગ્ન થઈ જાય પછી આવો છોકરો નહી મળે.

અને પછી દર વખતે થાય એવું જ થયું ...કરી દીધા લગ્ન ખૂબ ધામધૂમ થી.

લાખોનો ખર્ચો. ઘરેણાં. કપડા. શું નહોતું લગ્ન માં. મીનું ને ઉપરથી નીચે સુધી અપ્સરા ની જેમ સજાવવામાં આવી. પરંતુ એના મનમાં લગ્ન ને લઈને ઉમંગ નહોતો.

પ્રકાશ ની સાથે એણે ફક્ત પાંચ દસ મિનિટ જ વાત કરેલી અને લગ્ન કરી દીધા કઈ પણ વિચાર્યા વગર કે તે કેવો છે? ?????

એ મીનુને સમજી શકશે કે નહીં? આ બંને ને એકબીજા સાથે ફાવશે કે નહીં?????

લગ્ન કરીને સોના ના પીંજરા માં કેદ થઈ ગઈ મીનું. ઊઠવું બેસવું. વાતચીત કરવી. હરવું ફરવું બધુજ પ્રકાશ અને એના મમ્મી પપ્પા ના ઇશારે કરવાનું .

વકીલાત તો દૂર જ્યારે પણ ઘરે વાત કરતી કે એને કશુક કરવું છે તો બધા કહેતા ચાંદીની થાળી માં તો જમવા મળે છે અહી શું કમી છે આપડે? અને કેટલું કમાઈ લઇશ વળી તું આ કાળો કોટ પહેરીને?

એટ્લે કે બધુ મળીને એણે એક વહુ કે .એક પત્ની નહીં પરંતુ એક કઠપૂતળી જોઈતી હતી.

પોતાના અસ્તિત્વ ને ચકનાચૂર થતી જોઈ રહી હતી મીનું. ઘણું બધુ સહન કરી રહી હતી. ક્યારેક ઈશ્વર ની સામે હાથ જોડી આંસુઓ વહાવી દયા ની ભીખ માંગતી....

તો ક્યારેક પિયરે એને ઘરે પાછી લઈ જવાની વિનંતી કરતી પરંતુ કોઈએ સંભાળ્યું નહીં અને કશું કર્યું પણ નહીં.

બસ પોતાની આત્મા એ એક સાથ આપ્યો. અંદરથી અવાજ આવતો મીનું તું ભણેલી ગણેલી તું જાણે છે કે તારી સાથે જે થઈ રહ્યું છે એ ખોટું થઈ રહ્યું છે. શુકામ સહન કરે છે? શુકમ રડે છે?

સોનાનું છે પણ પીંજરુ છે કશુજ કામ નું નહીં. તોડીને ભાગી જા ક્યાક દૂર. પોતાની પાંખો ફેલાવ અને ક્યાક દૂર ઊડી જા"

બસ એક દિવસ આવ્યો મીનું એ પોતાના દિલ ની સાંભળી અને સોનાનું પાંજરું તોડીને ઊડી ગઈ ક્યાક દૂર. કોઈને ખબર ના હતી કે તે ક્યાં ગઈ. શું કર્યું એણે?

વર્ષો વીતી ગયા પરંતુ મીનું નો કોઈને આતો પતો નહી. ના પિયર વાળા ના સાસરિયામાં કોઈ એણે ગોતી શક્યું. બધાજ ઉમ્મીદ ખોઈ બેઠા .....

સમય નું પૈડું એવું ચાલ્યું કે 25 વર્ષ પૂરા થઇ ગયા. મીનું ના પતિ પ્રકાશના બીજનેસ્સ પાર્ટનરે પ્રકાશ પર ધોખાધડી નો કેસ કરી નાખ્યો. ઘણા બધા આરોપો લગાવ્યા. પરંતુ પ્રકાશ એ જ કહેતો રહ્યો કે

પોતે સાચો છે. એની વિરુધ્ધ આ કાવતરું છે. પરંતુ આરોપ લગાવનાર પાર્ટનર પાસે સ્ટ્રોંગ સાબૂત હતા.

પ્રકાશની ઓફિસ. બધા ઘર બધુજ સીલ મારી ગયા. પ્રકાશને સમજાઈ નહોતું રહ્યું કે એ શું કરે? રસ્તા પર આવી જવાની હાલત થઈ ગઈ. શહેરના નામી વકીલ ને આ કેસ લડવા તૈયાર કર્યો. સંબંધીઓ પાસે થી ઉધાર પૈસા લઈ વકીલને ફી ચૂકવી.

છેલ્લે કેસ કોર્ટ માં દાખલ થયો. તારીખો બદલાતી રહી. પરંતુ સત્ય સામે આવીજ નહોતું રહ્યું. બંને વકીલોએ પોતાના પક્ષો રાખ્યા હવે બધુ જજ ના હાથમાં હતું. આ કેસના અંતિમ નિર્ણય માં બીજા જજ ને કેસ સોપવામાં આવ્યો.

છેલ્લે ફેસલાની ઘડી આવી. પ્રકાશ પૂરી રીતે નિરાશ હતાશ અદાલત માં પહોંચ્યો. બીજી બાજુના વકીલે બાયો ચડાવી કારણકે એને વિશ્વાસ હતો કે એ જ જીતશે.

કાર્યવાહી શરૂ થતાં જ પ્રકાશે સૌ પ્રથમ જજ ની તરફ જોયું. ચેહરો જાણ્યો જાણ્યો લાગી રહ્યો હતો. કેસ આગળ વધ્યો. થોડી વાર માટે જ્યારે વિરામ લેવામાં આવ્યો તો પ્રકાશે પોતાના વકીલને પૂછ્યું આ જજ કોણ છે???

વકીલે કહ્યું એ મીનું જી છે આ પ્રકારના કેસ એ જ સાંભળે છે. નામ સાંભળતા જ પ્રકાશ સ્તબ્ધ થઈ ગયો અને પોતાનો સંપૂર્ણ ભૂતકાળ એકજ સેકન્ડ માં સામે આવી ગયો...

હવે તો નક્કી જ થઈ ગયું મન માં કે કેસ હાથમાથી ગયો જ સમજી લો

એ સારી રીતે જાણતો હતો કે મીનું એને ક્યારેય માફ નહીં કરે. આજે એ સાચો હતો પરંતુ જુઠ નું પલડું ભારે હતું ઉપરથી મીનું નો બદલો લેવાની ભાવના મીનું ની નજર પ્રકાશના કેસ પર ઘણા દિવસો થી હતી.

એના માટે મિનુએ પ્રકાશ ના કારોબાર. કામ કરવાની રીત. અને લોકો સાથેના સંબંધો વિષે ખૂબ સારી રીતે જાણકારીઓ લઈ રાખી હતી. એ જાણતી હતી કે પ્રકાશ બેકસૂર છે .પરંતુ તેમ છતાં પ્રકાશ પ્રત્યે એનો ગુસ્સો. કડવાહટ અને બદલો લેવાની ભાવના હતી જે ફેસલો એના વિરુદ્ધ સંભળાવી શકેત.

પરંતુ મીનું એ પોતાનો ફેસલો સંભળાવ્યો કોર્ટ ના બધા લોકો ચાલ્યા ગયા. પ્રકાશે વકીલને કહી જજ ને મળવાની ઈચ્છા જતાવી. મીનું ની સામે ગયો અને કહ્યું "મીનું તે મને કેસ માં નિર્દોષ જાહેર કર્યો?. તી ધારેટ તો બદલો લઈ શકેત. મને સજા અપાવી શકેત. પરંતુ આવું કેમ?

ત્યારે મીનું એ કહ્યું "પ્રકાશ તું જ્યારે ખોટો હતો ત્યારે હું તને સજા ના અપાવી શકી તો આજે તો તું સાચો હતો. તારી સાથે લગ્ન કરવા મારો ખોટો નિર્ણય હતો. હું જાણતી પણ હતિ પણ જે થયું એ થયું એમ ગણી ને મે બધા જ સાચા નિર્ણયો લીધા. પણ બદલામાં મળ્યું શું?

પરંતુ તને શું લાગ્યું? હું આજે હિસાબ બરાબર કરી લેત એમ? આટલા નીચ વિચારો નથી મારા. જા તું આજાદ છે (દરવાજા તરફ ઈશારો કરતાં કહ્યું) <u>તું જય શકે છે. જતાં જતાં દરવાજો બંધ કરતો જજે.</u>

19

વ્યક્તિત્વ

"હા હા ફઇજી. હું પૂરી કોશિશ કરીશ મારી જિંદગી ને પાછી પાટે ચડાવવાની. ખબર નહિ સફળ થઈશ કે નહિ" આટલું કહી દિપાલી એ ફોન મૂક્યો. દિપાલી પોતાના ફઇજી સાથે વાત કરી રહી હતી. પોતાની દુઃખી દુઃખી જિંદગીના દુખડા ફઈજી સામે રોઈ રહી હતી. દિપાલી પોતાના ફઇજી ની ખૂબ નજીક હતી. સુખ દુઃખ ની વાતો એમની સાથે શેર કરતી. કારણકે ફઈજી હંમેશા એને સાચી અને યોગ્ય સલાહ આપતા અને દિપાલી નું મન હળવું થતું.

ફોન મૂકીને દિપાલી પોતાના રૂમ માં ગઈ. સુંદર સજાવેલો રૂમ. બેડ પર લાલ ગુલાબની ચાદર. ડ્રેસિંગ ટેબલ પર કોઈ ધૂળ નહી. કોઈ સામાન વિખેરાયેલો નહી. એવું લાગી રહ્યું હતું કે આ રૂમ ને ખુબજ સારી રીતે સજાવિને મૂક્યો છે.

દિપાલી ડ્રેસિંગ સામે આવીને ઉભી રહી ગઈ. જોયું તો આજે દિપાલી શું માંથી શું બની ગઈ હતી.

દિપાલી કે જે સ્કૂલ માં પહેલાં નંબરે આવતી. દિપાલી કે જેને દરેક તહેવાર માં નાચવું ગાવું, ધૂમ મચાવું ખૂબ ગમતું. દિપાલી કે જેના મમ્મી પપ્પા અને બે ભાઈઓ ખૂબ લાડ પ્યારથી રાખતા. અને બધીજ ફરમાઈશો પૂરી કરતા. દિપાલી ના જાણે કેટલીયે સ્પર્ધાઓ જીતી ચૂકી હતી.

........પરંતુ ૫ ફૂટ ૨ ઇંચ ની દિપાલી નું આજે ૮૦ કિલો વજન થઈ ચૂક્યું હતું. દિપાલી કે માં ના કહેવા પર દોડીને ઘરનો સામાન લઈ આવતી આજે પોતાના મોટા. બેડોળ શરીર થી પરેશાન હતી. દિપાલી કે જે ના જાણે કેટલાય કપડાઓ જોયા પછી એક પસંદ કરતી આજે ૬ મીટર ની ઢંગ ધડા વગરની સાડીમાં લપેટાયેલી છે. સાડી નો પાલવ પણ ઠીક ઠાક. અને વાળની હાલત પણ એવી ખરાબ કે એને પોતાની વિશ્વાસ નહોતો આવતો કે આ તે પોતે છે.

આજે પોતાની જાત ને અરીસામાં જોઈને વિચારી રહી હતી કે... ફઇજી સાચું કહે છે મે મારા શરીરની બિલકુલ કાળજી ના રાખી. પોતાની જાતને બસ બેકાર કામોમાં ઉલ્ઝાવી રાખી.

અંગ્રેજી માં MA કર્યા બાદ દિપાલી ધારે તે કરી શકેત. પરંતુ પિતાજી એ એક ખૂબ સારા કુટુંબ માં એના લગ્ન કરાવી દીધા.

દિપાલી ને યાદ આવી રહ્યું હતું કે કેવી રીતે એણે પોતાના સપનાઓને પોતાના જ હાથે ડબ્બા માં પેક કરી દીધા અને ઘર ગૃહસ્થી ના તમામ કામો હાથમાં લઈ લીધા. એવું ના હતું કે એને કોઈ રોક ટોક હતી પરંતુ એણે પોતે ક્યારેય એવું કોઈ કદમજ ના ઉઠાવ્યું.

દોસ્ત. માતાપિતા. સંબંધીઓ બધા કહેતા રહ્યા પરંતુ ઘરના કામો નું બહાનું બતાવીને વાત વાળી લેતી.

આજે જ્યારે ૪૦ વર્ષ ની દેહલીજ પર કરી ગઈ. ઘરની જવાબદારીઓ ઓછી થઈ ગઈ. ત્યારે એને અહેસાસ થયો કે એમના સાથીઓ એમનાથી કેટલાય આગળ નીકળી ગયા અને તે પોતે કેટલી પાછળ. આત્મ વિશ્વાસ ની તો ધજ્જીયા ઉડી ગઈ હતી એની. ઘરના કામોમાં પોતાની જાત ને એવી ઉલ્ઝાવિને રાખતી કે બહારના કામો માટે હંમેશા પતિ અથવા બાળકો પર આશ્રિત રહેવું પડતું. પછી એ ઘરનો સમાન લાવવાનો હોય. હોસ્પિટલ જવાનું હોય. બેંક કે સરકારી દફતર.

પરંતુ આજે એણે નક્કી કરી લીધું કે એ પોતાના આ બહાનાઓ ને દુર કરી નવી જિંદગી શરૂ કરશે. પોતાના જીવન ને એક નવું રૂપ આપશે.

બાજુમાં જ પડેલું પોતાનું પર્સ ઉઠાવ્યું અને નજીક માં જ એક યોગા સેન્ટર હતું ત્યાં ફી ભરી અને જોઈન કર્યું.

એક પેમ્પ્લેટ છપાવ્યા સ્પોકન ઇંગ્લિશ ક્લાસ ના એણે નક્કી કર્યું કે ખાલી સમય માં બેઠા બેઠા TV જોવામાં સમય વેસ્ટ નહી કરે પરંતુ પોતાના સ્વાસ્થ્ય નું ધ્યાન રાખી સાંજે છોકરાઓને અંગ્રેજી શીખવશે.

ઘરે તો બધા ને આ બદલાયેલું રૂપ જોઈ આશ્ચર્ય થયું. દિકરાઓ પણ ખુશ થયા આખરે માં આટલી સક્રિય થઈ. કેટલાક મહિનાઓ માં જ દિપાલી માં મોટું પરિવર્તન જોવા મળ્યું. વજન તો ઓછું થયું જ પરંતુ સાથે સાથે ખોવાયેલો આત્મ વિશ્વાસ પણ પાછો આવી ગયો. એ નાનકડા શહેરમાં લોકો એના અંગ્રેજી ભણાવવા ની રીત થી ખુબજ પ્રભાવિત થયા. એમના ટ્યુશન માં આજુબાજુમાં થી છોકરાઓ આવવા લાગ્યા. અને સાથે સાથે નજીક એક સ્કૂલ માં અંગ્રેજી ભણાવવાનો પ્રસ્તાવ પણ આવ્યો.

દિપાલી એ આજે ફરીથી ફઇજી ને ફોન કર્યો અને ધન્યવાદ કહ્યા. અને કહ્યું "ફઇજી તમે સાચું કહ્યું હતું. ઉમર અને ઘરની જવાબદારી ક્યારેય કોઈને પોતાના સપના પુરા કરવામાં બાધા ના બને. બસ મન માં વિશ્વાસ હોય તો બધાજ કામો ફટાફટ થઈ જાય અને સપનાઓ પણ પૂરા થાય. હુ તો મારી ઉંમર અને વજન ના લીધે આત્મ વિશ્વાસ ખોઈ બેઠી હતી પરંતુ મને ફરીથી જિંદગી ની રાહ બતાવવા બદલ તમારો ખુબ ખુબ આભાર! "

20
પરિવાર

શહેરના સૌથી મોંઘા હોટલ માં આજે રાગિની અને અજય ના દીકરા રાહુલ ના લગ્ન નું રિસેપ્શન ચાલી રહ્યું હતું.

રાગિની ના ચેહરા પર ની ચમક જ બતાવી રહી હતી કે તે આજે કેટલી ખુશ છે. દીકરા રાહુલ ને રિયા પસંદ આવી ગઈ હતી અને આજે રિયા વહુ બની ને ઘરે આવવાની છે.

રાગિની ની સહેલી એ રાગિની ને કહ્યું "મુબારક હો. તું તો સાસુમા બની ગઈ. અમારા બધા કરતા આગળ નીકળી ગઈ. અને સહેજ મુસ્કુરાઈ.

રાગિની એ પોતાના દીકરાના લગ્ન માટે ખાસ સાડી પહેરી હતી. અને સેમ મેચિંગ નો હીરાજડિત સેટથી આજે એ ખૂબસૂરત લાગી રહી હતી.

રાહુલ ને બધા બધાઈઓ તો આપીજ રહ્યા હતા પરંતુ સૌની નજર ટકી હતી તો એ રાહુલ ની નાની બહેન રોશની પર. કારણકે રોશની આજે ભાઈ ના લગ્ન માં એટલી મસ્ત તૈયાર થઈ હતી કે કોઈ હિરોઈન થી કમ નહોતી લાગતી. રોશની ને જોઈને સૌના મન માં એકજ ખયાલ આવતો કે કેટલી સુંદર અને ભણેલી ગણેલી નોકરિયાત છોકરી છે. એને તો સારામાં સારો છોકરો મળી જશે .

પપ્પા ના મિત્રો પણ કહેતા "ભાઈ. હવેતો બીજી ખુશખબરી પણ આપિજ દે. આવતા વર્ષે

રોશની ના પણ લગ્ન કરાવી જ દે. રોશની લાખોમાં એક છે.

મમ્મી એ કહ્યું "ભાઈ સાહેબ. આજકાલના છોકરાઓ ની પોતાની પસંદ હોય છે. રોશની ને પણ પોતાની પસંદ છે. હવે અમારી દીકરી કઈ આંખ બંધ કરીને તો પસંદગી નહી કરેને.

વાતો નો દોર ચાલતો રહ્યો. દરેક લોકો પાર્ટી ખૂબ એન્જોય કરી રહ્યા હતા.

થોડા દિવસો વીત્યા રોશની માટે સંબંધ ની વાતો આવવા લાગી. પરંતુ રોશની એ એક એક કરી સૌને રિજેક્ટ કરવા લાગી. રાગિની એ પણ રોશની નો સાથ આપ્યો. કારણકે એની પણ ઈચ્છા હતી કે દીકરી રોશની માટે પરફેક્ટ પાર્ટનર મળે.

લગભગ 6 મહિના વીતી ગયા માશીએ મમ્મી ને ફોન કરી કહ્યું "રાગિની. કેટલા સારા સારા સંબંધો ની વાત હું લઈ આવી રોશની માટે. બધામાં ના પાડી? આવી રીતે તો કઈ મેળ આવશે કઈ?? રોશની ને જોઈએ છે શું એ તો કહે?"

રાગિની એ કહ્યું "દીદી. રોશની ની ઈચ્છા છે કે છોકરો એકલો હોય. જોઇન્ટ ફેમિલીમાં ના રહેતો હોય. અને હા રોશની ને જે પગાર છે એના કરતાં તો વધારે જ હોવો જોઈએ. કદ કાઠી માં તો રોશનીમાં કંઇજ ઘટતું નથી એટલે છોકરો પણ દેખાવડો અને ગુણકારી હોવો જોઇએ"

માશી એ કહ્યું "રાગિની બીજી બધી શરતો તો સમજ્યા પણ લગ્ન માટે એવો છોકરો શોધવાની જીદ કે છોકરો એકલો રહેતો હોવો જોઇએ. મમ્મીપપ્પા સાથે નહી એ ખોટું કહેવાય. એક દીકરી જેટલો માં બાપ ને ભાઈ ને પ્રેમ કરે એટલોજ એક દીકરો પણ કરતો હોય આ તો અત્યારથીજ દીકરાને અલગ પાડવાની વાત થઈ ગઈ.

રાગિની ને પણ ક્યાંક ને ક્યાંક માશીની વાત સમજાઈ પરંતુ રોશની ને સમજાવવું અઘરું હતું એટલે એણે વહુ રિયા ને બધી વાત કરી.

બે ત્રણ દિવસ પછી રોશની ભાભી ને એનો ડ્રેસ આપવા એના રૂમ માં જઈ રહી હતી તો બહારથી ભાભી ને ભાઈને કહેતા સાંભળી કે "હું તમને શું કહ્યુ. હવે મને મમ્મી પપ્પા સાથે આ ઘરમાં નથી ફાવતું. આપણે ડાયરેક્ટ તો ના કહી શકીએ પરંતુ એક કામ કરીએ આપણે બંને મુંબઈ માં જોબ લઈ લઈએ. ત્યાં આપણે એકલા રહીશું ખૂબ મજ્જા

આવશે"

રોશની ગુસ્સામાં લાલ થતી અંદર આવી અને કહ્યું "ભાભી. આ શું? ભાઈ ને શું ઊંધી ઊંધી શિખામણ આપો.છો? અને એમ કહો અમે વળી તમારૂં શું બગાડ્યું? અમે બધા તમારૂં કેટલું ધ્યાન રાખીએ છીએ. કોઈ વાત ની કમી નથી રાખતા. તો પછી મમ્મી પપ્પા સાથે તમને પ્રોબ્લેમ શું છે? ભાઈ ને અમારાથી અલગ કરીને પરિવાર શુકામ તોડવા માંગો છો?"

રોશનીને ગુસ્સો જોઈ ભાઈએ એક ગ્લાસ પાણી આપતા કહ્યું "રોશની શાંત થા. અને હા સાચું કહ્યું તે પરિવાર શું કામ તોડવો. પરંતુ તારી ભાભી એ આવું એટલા માટે કહ્યું કે જેથી તને સમજ આવે કે તારી જીદ ખોટી છે. તારી જીદથી તો કોઈ પરિવાર તૂટશે. તુજ વિચાર આપણી મમ્મી તારી ભાભી નો કેટલો ખયાલ રાખે છે. અને સામે તારી ભાભી પણ પરિવાર ને કેવી રીતે સાચવે છે. લડાઈ જઘડા તો

એમના પણ ક્યારેક થાય છે પણ બીજા દિવસે બધું પેલા જેવુ જ થઈ જાય છે ને? એટલે તું છોકરાની એકલું હોવાની જીદ છોડ. અને યોગ્ય છોકરો મળે તો હા પાડી દે"

ભાઈ ને વાત રોશની ને ગળે ઉતરી.

ભાભી એ રોશની પાસે આવી કહ્યું "રોશની મે તો ખાલી મુંબઈ જવાનું નાટક કર્યું ત્યાં તને આટલું ખોટું લાગી ગયું. અને લોકો સાચેજ ચાલ્યા ગયા હોય તો વિચાર શું થાય? એટલે વિના પરિવાર વિશે જાણ્યા તું કેમ કહી શકે કે છોકરાના માતા પિતા થી છોકરો અલગ જ રહેવો જોઈએ?"

મમ્મી પપ્પા પણ ત્યાં આવી

મમ્મી ને આજે પોતાની વહુ પર ગર્વ થયો. કે કેટલી આસાની થી આવડી મોટી વાત સમજાવી દીધી

અને રોશની પણ સમજી ગઈ અને માની પણ ગઈ કે સારા પરિવાર માં લગ્ન કરવામાં એને કોઈ જ પ્રોબ્લેમ નથી.

21
સંબંધ

"મમ્મી. તું પણ કેવી પાગલો જેવી વાત કરે છે? ચાલ હું ઓફિસે જવું છું. પોતાના હાથમાં પર્સ સંભાળતા શિખા એ જલ્દી જલ્દી ચપ્પલ પહેર્યા અને જવા લાગી. માં એ એનો હાથ પકડ્યો અને રોકી અને કહ્યું "તું કેમ નથી સમજતી બેટા? બસ 10 મિનિટ ની જ તો વાત છે. ઊભી રે ને. અજય ની ખૂબ ઈચ્છા છે. બિચારાને કોઈ બહેન નથી. તારી પાસે ફક્ત રાખડી બંધાવવા માંગે છે કોઈ મોટી વસ્તુ થોડી માંગે છે"

મોબાઇલ ફોન ચેક કરતાં શીખા બોલી "જો મમ્મી. આ બધુ બકવાસ છે. તું ઈચ્છે છે કે આપણાં ડ્રાઈવરના છોકરા ને હું ભાઈ બનાવું? રાખડી બાંધું? એની ઈચ્છા થઈ મને બહેન બનાવવાની અને હું એને ભાઈ બનાવી લઉં? એને પોતાના મહોલ્લામાં કોઈ છોકરી ના મળી? જે મને બહેન બનાવવા આવ્યો છે? આપણું કોઈ સ્ટાન્ડર્ડ પણ હોય કે નહીં. હું જાઉં છું. મારે આ વાત આ ઘરમાં બીજી વાર ના જોઈએ"

શિખા ના ગયા પછી અજય આવ્યો. અજય જે ડ્રાઈવર રામુકાકા નો એક માત્ર સંતાન હતો. એને કોઈ બહેન ના હતી. પોતે ખૂબ જ સીધો સાદો અને સંસ્કારી હતો. આવીને કહ્યું "આંટી. શિખા દીદી ઓફિસે ચાલી ગઈ? મને હતું કે એ મને રાખડી બાંધશે"

માં એ કહ્યુ "હા બેટા આજે એને થોડું મોડુ થઈ ગયું તો ચાલી ગઈ. તારે ચા પીવી છે? લાવું તારા માટે?" માં એ વાત ટાળતા કહ્યું.

મોડી રાત થઈ ચૂકી હતી. શિખા માં સાથે વાત નહોતી કરવા માંગતી એટ્લે ફોન પણ આખો દિવસ બંધ કરી દીધો હતો. જ્યારે ફોન ચાલુ કર્યો તો માં ના 15 થી 20 મિસ્ડ કોલ હતા.

તરત જ મમ્મી પપ્પા ને ફોન કર્યા પણ ત્યારે એણે ના ઉપાડ્યા. ઘરે પહોંચી તો જોયું ઘરે તાળું હતું. એને કઇજ સમજાઈ નહોતું રહ્યું આખરે થયું શું? મમ્મી પપ્પા આવી રીતે ક્યાં ગયા હશે?

મનમાં વિચાર આવ્યો કે અજય ને રાખડી ના બાંધી તો એણે કશું કર્યું તો નહીં હોય ને. તરત જ અજય ને ફોન લગાવ્યો.

બીજી બાજુ અજય બોલ્યો....... “દીદી તમે ક્યાં છો? ક્યારના આંટીજી ફોન લગાવે છે તમને. તમારો ફોન બંધ બતાવતો હતો. તમે જલ્દી સિટી હોસ્પિટલ આવી જાઓ. અંકલ ને હાર્ટ અટેક આવ્યો છે”

શિખા ને તો હાથ પગ સુન્ન પડી ગયા. ફટાફટ સિટી હોસ્પિટલ પહોંચી. જોયું તો મમ્મી ફૂટી ફૂટી ને રડી રહી હતી. પપ્પા ICU માં એડમિટ હતા. ડોક્ટરને મળિ તો ડોકટરે કહ્યું “અજય એમને ટાઈમ પર લઈ આવ્યો એટ્લે અમે બચાવવા માં સક્ષમ થયા જો થોડું પણ મોડુ થઈ જાત તો કેસ અઘરો થઈ જાત”

આટલું સાંભળતા જ શિખાના આંખોમાં આંસુ વહેવા લાગ્યા. જે અજય ને રાખડી બાંધવાથી પોતાની ઇજ્જત ઓછી થઈ જશે એવું માંથી હતી આજે એ અજયે ખૂબ મોટુ કામ કરી બતાવ્યુ. તરત અજય ની પાસે આવી અને કહ્યું “અજય. ભાઈ મને માફ કરી દે. મે તને સમજ્યો નહીં. અને તારો ખૂબ ખુબ આભાર તું સમયસર પપ્પાને લઈ આવ્યો. ચાલ હું તને રાખડી બાંધી દઉં”

અજયે કહ્યું “ના ના દીદી. એની કોઈ જરૂરત નથી. હું જાણું છું કે તમે મને રાખડી નહોતા બાંધવા માંગતા અને મને એનો અફસોસ પણ નથી. કારણકે સંબંધો તો દિલ થી જોડાય. હું તને દિલ થી બહેન માનું છું અને એ સંબંધ હું જીંદગીભર નિભાવીશ”

22
દીકરી

અવસ્થીજી ખૂબ જ અમિર હતા. પોતાની દીકરીઓના લગ્ન ધામધૂમથી કરવાની તેમની ઈચ્છા હતી. સમાજમાં તેમનુ ખૂબ મોટું નામ હતું તેઓ પોતાના બધા મિત્રો અને સગા સંબંધીઓના લગ્નમાં હાજરી આપતા. એટ્લે મનોમન નક્કી કરેલૂ કે પોતાની મોટી દીકરી અંજલિના લગ્ન પણ ખૂબ જ ભવ્યતાથી કરવા છે જેથી લોકોને તેના લગ્ન યાદ રહી જાય.

દીકરી અંજલી માટે ખૂબ જ સારુ માંગું આવ્યું. ઘરમાં બધાને પસંદ પડ્યું. અને અંજલિએ પણ હા પાડી. બસ પછી તો શું? અવસ્થીજીએ તો લગ્નમાં જેને જેને બોલાવવા માંગતા હતા તે બધા જ સગાંસંબંધીઓ અને પ્રતિષ્ઠિત લોકો નું લિસ્ટ બનાવવાનું ચાલુ કર્યું. લગ્નની વ્યવસ્થા માટે શહેરના સારામાં સારા કેટરર્સને ઓર્ડર્સ આપ્યા. કપડાંથી માંડી ઘરેણા. મંડપ સજાવવાનો હોય કે જાનનું આગમન. લગ્નના એક દિવસ પહેલાના સંગીત સંધ્યા માટે સારામાં સારા કોરિયોગ્રાફર. બધુજ ફર્સ્ટ ક્લાસ. ઘરના બધા સભ્યો ખુબ જ ખુશ હતા. કારણકે અવસ્થીજીની આ કદાચ ખૂબ જ મોટી ઈચ્છા હતી કે તે પોતાની દીકરીના લગ્નને કદી ન ભૂલાય તેવો દિવસ બનાવવા માગતા હતા.

તેમનો ઉત્સાહ જોઈને અંજલી ખૂબ જ ખુશ હતી પરંતુ તેના મનમાં કેટલાય પ્રશ્ન ઊભો થતા હતા. થોડાક દિવસ તો કશુ બોલી નહીં. પરંતુ એક સાંજે પરિવારના બધાજ સભ્યો સાથે બેસીને ચા પી રહ્યા હતા.

લગ્નની તૈયારીઓ ની વાતો થઇ રહી હતી. એક બાજુ બધાના ચેહરા પર ખુશી હતી તો બીજી બાજુ અંજલી થોડી ઉદાસ લાગી રહી હતી. અવસ્થીજીએ પોતાની લાડકી દીકરીને પાસે બોલાવી અને તેના માથા પર હાથ મૂકી ને

કહ્યું "અરે મારી લાડો કેમ ઉદાસ છે? લગ્ન ની તૈયારીઓ માં કોઈ કમી રહી ગઈ છે બેટા? બોલ તારે શું જોઇએ ? બોલ બોલ મારી ઢીંગલી ?

અંજલી પોતાના પપ્પાને ગળે મળીને બોલી પપ્પા તમે ખૂબ સારા છો. તમે મારા લગ્ન માટે ખૂબજ ખુશ અને ઉત્સાહિત છો. હું પણ ખૂબજ ખુશ છું પપ્પા. પરંતુ પપ્પા હું જાણું છું કે તમે મારા લગ્નમાં ખૂબજ મોટો ખર્ચો કરી રહ્યા છો કોઈ કમી રહેવા દેવા નથી માગતા. પરંતુ પપ્પા. સાચું કહું તો મને આ બધું નથી ગમતું. કારણ કે આ બધું આપણે બધા થોડાકજ દિવસોમાં ભૂલી જઈશું. પપ્પા આના કરતા સારું હોત કે તમે આ પૈસા તમારા રિટાયરમેન્ટ માટે સાચવી રાખો.

અવસ્થિજી બોલ્યા : અરે મારી ઢીંગલી તું ચિંતા ના કર. પૈસા ની બાબત માં મે બધા જ પ્લાનીંગ કરી લીધેલા છે. આપણે કોઈ જ ચિંતા નથી .

અંજલી બોલી "પપ્પા. આપણે પૈસા ની કમી નથી સાચી વાત પરંતુ કોઈક છે જેને પૈસાની ખુબજ જરૂર છે. પપ્પા. તમે આ પૈસા વડે એવી છોકરીઓના લગ્નમાં મદદ કરો કે જેમના પિતા લગ્નના ખર્ચ કરી શકતા નથી. જેમકે આપણા ડ્રાઇવર અંકલની દીકરી સુધાના.

પપ્પા હું જાણું છું કે મારા લગ્ન ધામધૂમથી કરીને તમને તમારા જીવનની સૌથી મોટી ખુશી મળશે. પરંતુ જુઓ તમે સુધાના લગ્નમાં થોડીક મદદ કરશો તો તમને મારા કન્યાદાન થી પણ મોટું સુખ મળશે. તમે સુધાના નામ પર એફ.ડી.કરી કરાવી દો. જેથી કરીને લગ્ન પછી પણ તે કોઈના પર નિર્ભર ના રહે. પોતાની જરૂરિયાત ની વસ્તુ તે પોતે ખરીદી શકે.

એવું કરવાથી માત્ર મારા લગ્ન જ નહીં પરંતુ સુધાના લગ્ન પણ સફળ થઈ જશે પપ્પા. બાકી આખા ગામ ને દેખાડવા માટે કરવામાં આવતો આ ખર્ચો તમે ઓછો કરી દો. કારણકે ગામ તો મોજ કરીને ચાલ્યું જશે પછી કોઈ સાંભરશે પણ નહીં પરંતુ સુધા જેવી દીકરીને

તમારા તરફથી કરવામાં આવેલી મદદ તે આખી જિંદગી સંભારશે.

પોતાની દીકરી ની વાતો સાંભળે અવસ્થિજી ખૂબ જ ભાવુક થઈ ગયા અને તેને ખુશી થઇ કે તેમની દીકરી બીજાના માટે આટલું વિચારે છે. આગલા દિવસે તેમણે ડ્રાઇવર ને બોલાવી અને તેના હાથમાં કાગળ આપી અને કહ્યું કે સુધાના નામની એફ. ડી. છે. જે તારે કન્યાદાનમાં દેવાની છે અને યાદ રાખજે કે સુધાના લગ્નની જવાબદારી પણ મારી છે. અંજલી અને સુધાના લગ્ન એક જ દિવસે થશે. બંનેના લગ્ન સારી રીતે થઈ જાય તે હવે મારી ફરજ છે.

અંજલી ના ચહેરા પર મોટી મુસ્કુરાહટ આવી ગઈ અને તેણે પોતાના પપ્પાને કહ્યું "પપ્પા હવે હું ખૂબજ ખુશ છું. મારા લગ્ન તો સફળ થશેજ સાથે સાથે સુધાના પણ."

અંજલીને વિદાય આપ્યા પછી અવસ્થીજીએ પોતાની પત્નીને કહ્યું "સાચે જ આજે બહુ જ શાંતિ મળી રહી છે. એવું લાગી રહ્યું છે કે મને દુનિયાની બધી ખુશી મળી ગઈ. લગ્નનો ખર્ચ મે ઘટાડી દીધો અને અંજલી અને સુધા બંનેના નામે એફ.ડી. પણ કરાવી દીધી.

23
વૃદ્ધાશ્રમ

વર્ષાબેન અને પ્રકાશભાઇ જિંદગીના ખૂબ સુનહરા પળો જીવી રહ્યા હતા. પોતાના લગ્ન ની ૨૫મી એનીવર્સારી મનાવી રહ્યા હતા. એમના ૨૩ વર્ષના દીકરા એ આ ખાસ દિવસ માટે ખૂબ સરસ તૈયારીઓ કરી હતી.

ખાસ પ્રસંગમાં સગા સંબંધીઓ બધા હાજર હતા. વર્ષાબેન નો દીકરો ખુબજ સમજદાર હતો એને પોતાનો ખુદ નો વ્યવસાય હતો.

ફેમિલીની યાદગાર પળો તસવીરોમાં કેદ થઈ રહી હતી. પરંતુ કોને ખબર હતી કે આ કેદ કરાયેલી ખુશીઓ ભરી તસવીર ને કોઈની નજર લાગી જશે.

૨ મહિના બાદ અકસ્માતે પ્રકાશભાઇ નું મૃત્યુ થઈ ગયું.

વર્ષાબેન ને ખૂબ આઘાત લાગ્યો. દિવસ રાત બસ પ્રકાશભાઇ ની તસ્વીર જોયા કરે. એમને એમ જ લાગતું કે આ એક ખરાબ સપનું છે જે હમણાં તૂટી જશે. અને પ્રકાશભાઇ હમણાં પાછા આવી જશે પરંતુ એ તો શકય જ ના હતું.

સગાવહાલા એ દીકરાને સલાહ આપી કે તે સારી છોકરી ગોતી લગ્ન કરી લે.ઘરમાં વહુ આવશે તો વર્ષાબેન ફરીથી પોતાની જિંદગી જીવવા લાગશે.

દીકરા એ પણ હામી ભરી.અનિતા નામ ની છોકરી સાથે એના લગ્ન થયા.

વહુ અનિતા પણ ખૂબ સમજદાર અને જવાબદાર હતી.ઘર ખૂબ સારી રીતે સંભાળી લીધું.

વહુના આવ્યા પછી વર્ષાબેન પણ ધીમે ધીમે સામાન્ય થવા લાગ્યા. ઘર ના નાનામોટા કામ માં વહુની મદદ કરવી. શાકભાજી. દૂધ લેવા જવું વગેરે કામોમાં પોતાને વ્યસ્ત રાખવા લાગ્યા.

દીકરો પણ નિશ્ચિંત થઈ પોતાના કારોબારમાં ધ્યાન આપવા લાગ્યો.

વર્ષાબેન જે ઘરમાં રહી રહ્યા હતા એ ઘર પ્રકાશભાઇ ના નામે હતું. જે પ્રકાશભાઇ ના મૃત્યુ પછી વર્ષાબેનના નામે થઇ ગયું.

વર્ષાબેન ની જીંદગી ફરીથી પાટે ચડી જ્યારે દીકરા એ ખુશખબરી આપી કે ...માં તમે દાદી બનવાનો છો.

વર્ષાબેન ખુબજ ખુશ થયા.

લાગી રહ્યું હતું જાણે જિંદગી ફરીથી એને ગળે લગાવી રહી છે.નાનકડી પરી એ જન્મ લીધો. હવે પરિવાર માં ફરીથી ખુશીનો માહોલ સર્જાયો

હવે ઘર નાનું લાગવા માંડ્યું.

આ ઘર વેચીને એક મોટું ઘર લેવાની દીકરાની ઈચ્છા ને વર્ષાબેને મંજૂરી આપી દીધી.

ખૂબ ભારે મન સાથે અઢળક યાદો જે ઘરમાં ભરાયેલી હતી એ ઘર વેચી દીધું અને સૌની ખુશી માટે એક મોટું ઘર ખરીદાયું.

જૂના મકાન ને વેચતા જે પૈસા આવ્યા એ બધા નવા મકાન માં નાખ્યા. અને દીકરાએ સરસ ડીઝાઇન કરી મકાન બનાવ્યું.

અને ઘરના તમામ કાગળો દીકરાએ વર્ષાબેન ના હાથમાં આપ્યા.

વર્ષાબેને જોયું તો નવું ઘર પોતાના નામે હતું જેમાં એને સાઈન કરવાની હતી.

દીકરાને કહ્યું "બેટા. આ ઘર મારા નામે શુકામ હવે તો તારા નામે જ લેવાય ને."

ત્યારે દીકરાએ ખૂબ સરસ જવાબ આપ્યો દીકરાએ કહ્યું..... "માં જો ઘર મારા નામે હોય ને તો તું મારી સાથે રહે છો. એમ કહેવાય. પણ જો ઘર તારા નામે હોય ને તો અમે લોકો તારી સાથે રહીએ છીએ એમ કહેવાય.

અને માં અમારે તારી સાથે રહેવું છે. અત્યારે તો બધું વ્યવસ્થિત જ ચાલી રહ્યું છે.

પરંતુ ભવિષ્ય માં કઈ પણ થઈ શકે છે. એટલે એ બધું ધ્યાન માં રાખીને જ મે આ ઘર તારાં નામે કરવાનો નિર્ણય લીધો છે અને માં આ નિર્ણય અમે બંને પતિ પત્ની એ સાથે મળીને લીધો છે.

એટલે તુ અમારી ચિંતા ના કરતી. બસ અમને હંમેશા તારા આશીર્વાદ ની જરૂર છે"

માં એ કહ્યું "દીકરા આજે તારા પપ્પા હોત ને તો એ ખુબજ ખુશ થાત. દીકરા મારા આશીર્વાદ તો હંમેશા તારી સાથે જ છે તમે બધા ખુબજ ખુશ રહો."

24

મરજી

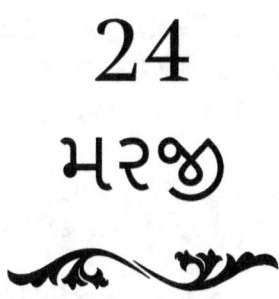

રોજની જેમજ આજેપણ સુનિતા આંટી સોસાયટીના બગીચાની બેન્ચ પર બેઠા હતા. સુનિતા આંટી રોજ 5:30 વાગ્યે આવી જતાં અને 7:00 વાગ્યા સુધી રહેતા. પાંચ ફૂટ નું કદ. મીડિયમ રંગ. રોજ કોટન ની સાડી. વાળનો અંબોડો અને લાલ રંગની બિંદી હમેશા હોતી. દીકરાના ઘરે રહેવા આવી હતી. શરૂ શરૂ માં તો મોઢાપર સરસ મજાની મુસકાન સાથે રોજ આ સમયે જ બગીચામાં બેસતા.

આજે પણ ત્યાં બેઠા હતા. રીતુ ઓફિસે થી ઘરે આવી રહી હતી. આંટીને જોઈને એની પાસે થોડો સમય બેસવા માટે આવી. રીતુ એ જોયું તો આજે એના ચેહરા પર પેલી મુસકાન નો અભાવ હતો. રીતુ એ પુછી જ લીધું “શું વાત છે આંટી? આજે તમે ચિંતા માં લાગી રહ્યા છો”

આંટી એ વાત ટાળતા કહ્યું “અરે ના ના રીતુ બેટા. એ તો બસ હવે ઉમર થઈ ગઈ છે ને તો થકાઈ જાય છે”

એટલામાં આંટીની પૌત્રી દોડતી આવી અને એમનો હાથ પકડીને જોરથી ખેંચવા લાગી અને કહ્યું “દાદી. તમે મારી સાથે રમો ને”

આંટીએ એમને સમજાવતા કહ્યું “કાવ્યા બેટા. દાદી આજે થાકી ગઈ છે. તું એકલી રમ હોને”

પરંતુ કાવ્ય માની નહીં અને રડતી રડતી ઘર તરફ દોડી. એની પાછળ આંટી પણ દોડ્યા પરંતુ રસ્તામાં જ આંટી પડી ગયા. રીતુ એ દોડીને આંટીને ઊભા કર્યા અને પાસે રહેલા બાંકડા પર બેસાડયા.

એટલામાં કાવ્યાની મમ્મી આવીને ઊંચી અવાજમાં કહેવા લાગી "આ શું છે મમ્મી? હું ઓફિસ ના એક ઇમ્પોર્ટેંટ કોલ પર હતી. તમે થોડો સમય પણ આને ના સંભાળી શકો?. જુઓ તો કેટલી રડી રહી છે. કોઈ મોટી વાત થોડી કીધી એણે. થોડો સમય સાથે રમી લીધું હોત તો?"

આંટી રીતુ ની સામે ઘર ની વાત કહેવા નહોતી માંગતી એટલા માટે કશું બોલ્યા નહીં

કાવ્યા પોતાની મમ્મી સાથે ચાલી ગઈ

આંટી એ ઊભા થવાની કોશિશ કરી પરંતુ એનાથી ઊભા થવાયું નહીં

રીતુ એ કહ્યું "આંટી તમે બેસો હજુ થોડો સમય. અને મને એ કહો તમે તમારી વહુ ને કશું કહ્યું કેમ નહીં?"

આંટી કશું ના બોલ્યા અને ધીરે ધીરે ઘર તરફ ચાલવા લાગ્યા

આંટીની પાડોશમાં રહેતા સરલાબેન આવ્યા.

રીતુ ને બધીજ વાત એણે માંડી ને કહી.

એમણે કહ્યું "આંટી એક ટીચર છે. અને તે મુંબઈ માં ટ્યુશન લે છે. પરંતુ એણે બેંગલોર આવવું પડ્યું કારણકે દીકરાને એની જરૂર હતી.

એક્ચુઅલ્લી દીકરો અને વહુ બંને IT કંપની માં કામ કરતાં. આખો દિવસ ઓફિસ માં રહેતા. દીકરી ને સંભાળવાનો પ્રશ્ન ઊભો થયો. એટલા માટે આંટી ને મુંબઈ થી બોલાવી લીધા.

આંટી ખુશ ખુશ થઈ વિચારવા લાગ્યા કે મારા દીકરાએ મને પોતાની પાસે રહેવા માટે બોલાવ્યા.

પોતાની પૌત્રી કાવ્યા સાથે પણ સમય વિતાવવા મળશે. પરંતુ એમને એ ખબર નહોતી કે કાવ્યા ની સંપૂર્ણ જવાબદારી જ આંટી ને સોપી દેવામાં આવશે. આંટી ની હવે ઉમર થઈ ગઈ હતી. એટ્લે એ સાંભળી શકે એમ નહોતી પરંતુ તેમ છતાં બધીજ જવાદબારીઓ સોપવામાં આવી.

આંટી એ થોડાક દિવસો તો કાવ્યા ને ખૂબ સારી રીતે રાખી. પરંતુ આખો દિવસ હેરાન કરતી કાવ્યા ને સંભાળવી આંટી માટે મુશ્કિલ થઈ જતું. હકીકતમાં આંટી ની સંભાળ વહુ એ રાખવી જોઈએ એના બદલે પોતાની દીકરીની જવાબદારી આંટી પર થોપી દીધી.

આંટી પોતાના માટે તો સમય જ ના કાઢી શક્તિ. ના યોગા માં જય શકે ના સાંજે વોક માં. કાવ્યા ને સંભાળતા સંભાળતા જ થાકી જતી.

આ બધું સાંભળીને રીતુ ને ખૂબ દુખ થયું. બીજી બાજુ કાવ્યા જોર જોરથી રાડો પાડી મમ્મીને કહેતી “મમ્મી. દાદી મારી સાથે રમતી જ નથી”

જ્યાં દાદી પોતાના રૂમ માં પગે દવા લગાડતા લગાડતા વિચારી રહી હતી કે અહિયાં કરતાં મુંબઈ માં એની દિનચર્યા ખૂબ સારી હતી. સવારે ઊઠીને યોગા કરવા. ઘરે જઈને જમવાનું બનાવવું. સાંજે છોકરાઓને ટ્યુશન માં ભણાવવા. ત્યારપછી આજુબાજુની મહિલાઓ સાથે ચાલવા જવું. પોતાની પૌત્રી કાવ્યા નો એને હમેશા મોહ હતો પરંતુ આવી રીતે નહીં એ કાવ્યા સાથે રહેવા માંગતી હતી પરંતુ પોતાની મરજી થી. જબરજસ્તી નહીં.

અહિયા તો ઊલટુંજ પડ્યું બધૂ. વહુ અને દીકરો વિચારતા કે હવે મમ્મી અહિયાં છે તો એ સંભાળી લેશે અને પોતાના કામ ને વધુ ઇમ્પોર્ટન્સ આપવા લાગ્યા. સવારે 9 વાગ્યે બંને જણા નીકળી જાય ઓફિસ અને રાત્રે 8 વાગ્યે આવે.

આંટીને પોતાને પગ ની તકલીફ હતી અને ઉપરથી કાવ્યા ને સંભાળવી આંટી માટે અઘરું હતું. છોકરાઓ નાના જિદ્દ કરે. શરારતો કરે. એમની સાથે રમવું તો ખૂબ અઘરું પડી જાય. અને ધીરે ધીરે આ તો એની મરજી કરતાં વધારે જવાબદારીઓ આ ઉમરે એમના પર થોપવામાં આવી.

આંટી એ થોડા દિવસ સહન કર્યું પરંતુ પછી એક દિવસ એણે નિર્ણય લઈ લીધો દીકરા અને વહુ ને કહ્યું હું તમને અને કાવ્યા ને ખૂબ પ્રેમ કરું છું હું તમને મળવા આવતી રહીશ પરંતુ મને અહિયાં નથી ફાવતું. કારણકે એક બાળક ની જવાબદારીઓ સંભાળવી અને બાળક સાથે સમય વિતાવવી એ બંને અલગ વસ્તુ છે. અને હું દલીલો માં પાડવા નથી માંગતી એટ્લે મારે મુંબઈ ચાલ્યા જવું છે 2 3 મહિને એકાદી વાર હું તમને મળવા જરૂર આવીશ.

દીકરા અને વહુને માં ની વાત સાંભળી ને પોતાની ભૂલ સમજાઈ. એણે તો માં ને ફકત દીકરીને સાચવી રાખવા વાળી બાઈ જ ગણી. મનમાં ઘણો પસ્તાવો થયો. માં ની ઉમર નો પણ ખયાલ ના રાખ્યો

દર્પણ

અને માં ની ચૂપ્પી નો ફાયદો ઉઠાવ્યો

25
કવિતા

અવની ના લગ્ન થયા ને લગભગ 7 વર્ષ થઈ ગયા.પતિ સુનિલ અને બેટી રીયા સાથે ખુબજ ખુશ હતી.

સુનિલ ની નોકરી બેંગ્લોર માં લાગી. એટ્લે એ પોતાના સાસુ સસરા સાથે અમદાવાદમાં ના રહેતી.

સાસુ સસરા અમદાવાદમાં પોતાના મોટા દીકરા સાથે રહેતા.

સુનિલ સારા પગાર પર આઇટી ની નોકરીમાં હતો.અને અવની નો ખૂબ ખ્યાલ રાખતો.

પૈસા ની તો કમી નહોતી જ સાથે સાથે ઘર માં પણ બધીજ સુવિધાઓ કરી નાખેલી.

અવની પણ ખુબજ ખુશી ખુશી ઘર સંભાળતી

રોજ પોતાની માં સાથે ફોન પર વાતો કરતી અવની ને એક ભાઈ હતો જેના ચાર વર્ષ પહેલા જ લગ્ન થયેલા.

અવનિની ભાભી કવિતા પણ ખૂબ સારી હતી. ઘરના કામો ખૂબ સારી રીતે સંભાળી લેતી.

અવની પણ અવાર સવાર માં ને સાલાહ આપતી કે માં તું ભાભી ને દીકરી ની જેમ જ રાખજે નહિતર એ ભાઈ ને લઈને અલગ થઈ જાશે તું શું કરીશ?"

જોકે કવિતા ખુબજ સમજદાર હતી એટ્લે માં પણ અવાર નવાર કહેતી "તું ચિંતા ના કર દીકરી તારી ભાભી ખૂબ સારી છે એ એવું કશુજ

નહીં કરે"

અવની ને પણ કવિતા થી કોઈ જ પ્રોબ્લેમ નહોતો.

ફરક ફક્ત એટલોજ હતો કે અવની ના ઘરે કામ કરવા વાળી બાઈ આવતી. વોશિંગ મશીન થી લઈને બધીજ સુવિધાઓ હતી. નવા નવા કપડાં પહેરવા મળતા. કોઈ રોક ટોક નહીં.

ઉનાળાના વેકેશન માં પિયર જવાની તૈયારીઓ કરી રહી હતી. ત્યારે સુનિલે કહ્યું "અરે. તું આટલી ગરમી માં સલવાર ને ડ્રેસ ને એવું કેમ લઈ જા છો તારી પાસે તો ઘણા ટી-શિટ્ર્સ છે એમાં સારું પડશે"

અવની એ કહ્યું "ના ના એ બધુ ના લઈ જવાય. નહિ તો પછી કવિતા ભાભી ને એમ થાશે કે નણંદ આવા કપડાં પહેરે છે તો મારે શું વાંધો? અને પછી એ જિદ્દ કરે. પરંતુ એવા કપડાં ત્યાં ના ચાલે. સગા-સંબંધીઓ શું કહેશે?"

અવની પોતાના પિયર પહોંચી ગઈ. બધા ખુબજ ખુશ હતા.

અવની માં સાથે વાતો માં મશગુલ હતી.

માં એ પૂછ્યું "કેવું ચાલે છે બેટા. જમાઈ ને ખાવા પીવા માં કઈ તકલીફ તો નથી પડતી ને? અને તને રસોઈ બનાવવામાં કોઈ પરેશાની?"

અવની એ કહ્યું "ના માં મારે ફક્ત રસોઈ બનાવવાનું જ કામ હોય ત્યાં. બાકી બધા કામ માટે તો કામવાળી બાઈ આવે રોજ"

માં એ આશ્ચર્ય થી પૂછ્યું "અરે.તમે તો ફક્ત 3 જણા જ છો તો પણ કામ વાળા ની જરૂર પડે? તે ક્યારેય મને આ વિષે તી કહ્યું જ નહીં"

અવનિ ધીમા અવાજે બોલી "અરે માં તને કહી દેતી તો તું ભાભી ને કહેત. અને પછી કવિતા ભાભી ને ખબર પડેત તો એ પણ જીદ કરેત કામવાળી બાઈ રાખવાની. એટલા માટે તને ના કહ્યું. અને તું પણ હવે કહેતી નહીં"

કવિતા ભાભી ત્યાં સુધીમાં ચા ની ટ્રે લઈને આવી ચૂક્યા હતા અને એણે બધીજ વાત સાંભળી લીધી.

ભાભી બોલ્યા "દીદી. તમે એવું કેમ વિચારી લીધું કે હું મારી લાઇફ ને તમારી લાઇફ સાથે કંપેર કરીશ?

તમને કદાચ ખબર નહીં હોય પરંતુ તમારા કહેવા પહેલા જ મમ્મીજી એ મને એક વાર કહેલું કે આપણે કામવાળી બાઈ રાખી

લઈએ ત્યારે મે જ સામે થી ના પાડી હતી કે જ્યાં સુધી મારાથી કામ થઈ શકે છે ત્યાં સુધી તો બાઈ ની જરૂર જ નથી. કારણકે એકવાર બાઈ ઘરમાં આવી જાય અને એની આદત પડી જાય ને પછી પોતાની કાર્યક્ષમતા ઓછી થઈ જાય. અને પછી જ્યારે એ ના આવે ને ત્યારે તકલીફ થાય.

અને બીજું કામવાળી બાઈ જીવ રેડીને કામ કરે જ એ જરૂરી પણ નથી ને કદાચ એનું કામ આપણ ને ના પણ ગમે. એના કરતાં જ્યાં સુધી હું બધુ કામ કરવા સક્ષમ છું ત્યાં સુધી બાઈ ની જરૂર નથી. અને દીદી મારી તમને પણ સલાહ છે અત્યારે તમે ફક્ત 3 જણા જ છો. માનું છું તમારી પાસે પૈસાની કમી નથી પરંતુ તેમ છતાં જ્યાં સુધી પોતાના થી વ્યવસ્થિત કામ થઈ શકે ત્યાં સુધી કામ વાળી બાઈ ના ભરોસે ના બેસી રહેવાઈ"

"અને બીજી વાત દીદી તમને અહી જે ઈચ્છા થાય એવા કપડાં પહેરજો. તમારા કપડાં જોઈને હું સહેજ પણ ઈર્ષ્યા નહીં કરું કે જિદ્દ નહીં કરું કારણકે મને ખૂબ સારી રીતે ખબર છે કે ક્યાં કેવા પ્રકારના કપડાં પહેરવા જોઈએ. *તમારી દેખાદેખી હું ક્યારેય નહીં કરું*"

ભાભી ની વાત સાંભળીને અવની ખૂબ શરમિંદા થઈ ગઈ. બોલવા માટે શબ્દ જ ના રહ્યા.

બીજી બાજુ માં ને પોતાની વહુ પર ગર્વ થયો.

www.ingramcontent.com/pod-product-compliance
Lightning Source LLC
LaVergne TN
LVHW051957060526
838201LV00059B/3704
9798885692571